இன்பப் பிறவி

(திருமுறை மலர்கள்)

கி. வா. ஜகந்நாதன்

Title: Inba Piravi

Author: Ki. Va. Jagannathan

Language: Tamil

First Published on: 1954

Year of Publication: 2025

Book Format: Paperback

*Page Size: 6inch * 9inch*

Category: Religious

Subject: Religious Essays

No. of pages: 98

ISBN: 978-81-997774-8-4

Published by: Nilan Publishers, Madurai, Tamilnadu, India

பொருளடக்கம்

குறிப்புகளுக்காக

முன்னுரை

திருநாவுக்கரசருடைய தேவாரங்கள் மூன்று திருமுறைகளாக வகுக்கப் பெற்றன. நான்கு, ஐந்து, ஆறாந் திருமுறைகளாக அவை விளங்குகின்றன. ஐந்தாந் திருமுறையில் நூறு பதிகங்கள் அடங்கியிருக்கின்றன.

இந்தப் பதிகங்கள் யாவும் திருக்குறுந்தொகை. குறுந்தொகை என்பது யாப்புக்குரிய பெயரென்று தோன்றுகிறது. குறுகிய பாவினமாகிய கலிவிருத்தங்களாக அமைந்தவை இப்பாடல்கள். பதிகம் என்பது பத்துப் பாடல்களை யுடையது என்று கொள்வது வழக்கம். ஆயினும் பயனைக் கூறும் பாட்டோடு பதினொன்றாக இருப்பதும் உண்டு. தம் பெயரை அமைப்பதும் பயன் கூறுவதும் அப்பர் சுவாமிகளுக்கு வழக்கம் இல்லை. ஆனா லும் பலபதிகங்கள் பதினொரு பாடல்களை உடையனவாக இருக் கின்றன. இத்திருமுறையில் 22 பதிகங்கள் 11 பாடல்களை உடையன. இரண்டு பதிகங்களில் (7,53) 12 பாடல்கள் இருக்கின்றன. 97-ஆம் பதிகத்தில் 30 பாடல்கள் அமைந்துள்ளன.

ஏட்டிலிருந்து எடுத்தபோதே சிதலுக்கு இரையானவைபோக எஞ்சியவையே கிடைத்தன. ஆதலால் இத்திருமுறைகளிலும் இடை யிடையே பாடல்கள் குறைந்துள்ள பதிகங்களும் இருக்கின்றன. அவ்வாறு உள்ளவை 13 பதிகங்கள் (9,15,26,38, 40, 60, 67, 76, 78, 79, 81, 85, 91.)

முதல் 88 பதிகங்களும் தலங்களைப் பற்றியவை. பத்துத் தலங்களுக்கு இரண்டிரண்டு பதிகங்களும், 68 தலங்களுக்கு ஒவ்வொரு பதிகமும் உள்ளன. எஞ்சிய பன்னிரண்டு பதிகங்களும் பொதுவானவை. தனிக்குறுந்தொகை 89, 90, 91 காலபாசத்திருக் குறுந்தொகை, மறக்கிற்பனே என்னும் திருக்குறுந்தொகை, தொழற்பாலதே என்னும் திருக்குறுந்தொகை, இலிங்கபுராணத் திருக்குறுந்தொகை, மனத்தொகைத் திருக்குறுந்தொகை,சித்தத் தொகைத்

திருக்குறுந்தொகை, உள்ளத் திருக்குறுந்தொகை, பாவநாசத் திருக்குறுந்தொகை, ஆதிபுராணத் திருக்குறுந்தொகை என்ற பெயர்கள் முறையே அவற்றிற்கு வழங்கும்.

இந்தப் புத்தகத்தில் 13 பாடல்களுக்குரிய விளக்கத்தைக் காணலாம். இவற்றில் கோயில், திருவாரூர், திருவீழிமிழலை திருவிடைமருதில், திருக்கடம்பூர்த் திருக்கரக் கோயில், திரு இன்னம்பர், திருவானைக்கா, திருச்சோற்றுத்துறை, திருமருகல் என்ற ஒன்பது தலங்களைப்பற்றிய பாடல்கள் ஒன்பது; பொதுப் பாடல்கள் நான்கு.

திருநாவுக்கரசர் இறைவனுடைய புகழை வெளியிடும் முறைகள் பல. அவனை முன்னிலைப் படுத்தி அவன் புகழைப் பாடுதல் ஒருவகை. படர்க்கையாக அவன் பெருமையை எடுத்துரைப்பது ஒரு முறை. நெஞ்சை நோக்கிச் சொல்வதும், தமக்கு இன்னது வேண்டும் என்று வேண்டிக்கொள்வதும், தம் துயரத்தை எடுத் துரைப்பதும் ஆகிய பதிகங்கள் சில. உலகினரை நோக்கி இன்னது செய்தால் நன்மை உண்டாகும் என்று உபதேசம் செய்வார். இறைவனிடம் பக்தி பூணாதவர்களை நோக்கி இரங்குவார்.

இந்தப் புத்தகத்தில் உள்ள பாடல்களில் இறைவனை முன்னிலைப் படுத்திக் கூறுவதாக ஒரு பாட்டு அமைந்திருக்கிறது (3). படர்க்கையாக இறைவன் புகழைச்சொல்லும் திருப்பாட்டுக்களில், அவன் எல்லாவற்றினும் இனியன் என்று சொல்வது ஒன்று (4); அவன் நம்மைக் காப்பாற்றும் கடப்பாடுடையவன் என்று சொல்வது ஒன்று (5); தன்னை நினைப்பவரையும் நினையாதவரையும் அவன் அறிவான் என்பதைச் சொல்வது ஒரு பாட்டு (6); 'திருச்சிற்றம்பலம் இன்னும் இந்த இன்பப் பிறவியைத் தருமோ?" என்று வினாவாக அமைந்தது ஒன்று (1); நெஞ்சை நோக்கி, நீ இறைவனைப் பணிவாயாக என உபதேசிப்பது ஒன்று (8).

உலகினரைப் பார்த்து இறைவனை வஞ்சமின்றி வணங்குங்கள் என்றும், அவன் கனியைப் போன்றவன் என்றும் கூறுகிறார். அப்பர் சுவாமிகள் (7, 11) இறைவனைக் காதலனாக வைத்து அவனிடம் காதல் கொண்டுள்ள தலைவியைப் பற்றிச் செவிலி கூறுவதாகவும் (2), தோழி கூறுவதாகவும் (9) அமைந்தவை இரண்டு பாடல்கள். இறைவனுடைய குறிகளையும் கோலங்களையும் அறியாதவர்களையும் (10), அரனுக்கு அன்பு இல்லாமல் தீர்த்தயாத்திரை செய்பவர்களையும் (12), இறைவன் பெருமையை உணராதவர்களையும் (13) பார்த்து இரங்கிக் கூறும் பாடல்கள் மூன்றை இதில் காணலாம்.

சிறிய பாடல்களானாலும் பெரிய பொருளைத் தம்முள்ளே செறித்து வைத்திருக்கின்றவை இவை.

மயிலாப்பூர்
10-03-1954

கி. வா. ஜகந்நாதன்

இன்பப் பிறவி

எப்போதும் முயற்சி செய்துகொண்டே இருப்பவனுக்கு வாழ்க்கையில் வெற்றி கிடைக்கும் என்று சொல்கிறோம். அது எவ்வளவு தூரம் உண்மை என்று நினைத்துப் பார்க்கிறோமா? எப்போதும் முயற்சி செய்து கொண்டே இருப்பது மனிதனுக்கு முடிகிற காரியமா? அவனுக்குச் சோர்வு வராதா? எவ்வளவோ பேர்கள் முயற்சிகளைச் செய்திருந்தும், "நாங்கள் நினைத்தபடி வெற்றி பெறவில்லை" என்று சொல்லி வருந்துவதை நாம் கேட்பதில்லையா? அவர்களுடைய கைக்குள்ளே அகப் படாத ஏதோ ஒன்று, முயற்சியிலே வெற்றி கிடைக்காமற் பண்ணுகிறது; அதனால் அவர்களுக்குச் சோர்வு உண்டாகிறது.

எவ்வளவு ஆற்றல் உடையவர்களாக இருந்தாலும் அது சமயத்துக்கு உதவுவதில்லை. அப்படியே பொருள், கல்வி, ஆள்பலம் இருந்தாலும்கூட எப்போதுமே கை கொடுத்து உதவுவதில்லை. அத்தகைய சமயங்களில் மனிதன். படும்பாடு பார்க்கச் சகிக்காது.

ஆனால் வேறு ஒருவகை மனிதர்கள் இருக்கிறார்கள். அவர்களுக்கு ஆற்றல் இருக்கிறதோ, இல்லையோ, பொருள் இருக்கிறதோ, இல்லையோ, நமக்குத் தெரியாது. நம்பிக்கை இருக்கிறது; அது உறுதியாக இருக்கிறது. மனிதர்களிடத் திலும் உலகத்திலும் நம்பிக்கைதான். ஆனால் அது நேர் முகமாக அவர்களிடத்தில் இல்லை. உலகைப் படைத்த ஆண்டவனிடத்தில் அவர்களுக்கு இடைவிடாத நம்பிக்கை; என்றும் தளராத அன்பு. அந்த அன்பினால் அவனுடைய குழந்தைகளே இவ்வுலகத்து உயிர்கள் என்ற எண்ணம் வளர்கிறது. உள்ளத்தில் சர்வஜீவ தயை உண்டாகிறது.

அதனால் உலக முழுவதும் அவர்களுக்கு வசப்பட்டுப் போகிறது.

தன்னுடைய கையிலே லட்சக்கணக்கான பணத்தை வைத்திருக்கிறான் ஒரு செல்வன்; ஆயிரம் ஏகரா நிலம் இருக்கிறது; வீட்டில் மூட்டை மூட்டையாக நெல் இருக்கிறது. ஆனால் அவன் ஒரு கவளம் அன்னம் உண்பதில்லை ; உண்ணமுடிகிறதில்லை. ஏன்? அவனிடம் எத்தனை பண்டங்கள் இருந்தாலும் அவற்றை நுகரும் புண்ணியம் இல்லை. இறைவன் திருவருள் அவனுக்குப் போதிய அளவு இல்லை. பெட்டி நிறையப் பணத்தை வைத்துப் பூட்டிக் கொடுத்து விட்டுச் சாவி கொடுக்காமல் மறந்துவிட்டால் அவன் என்ன செய்வான்? அப்படி இருக்கிறது அவன் நிலை.

இந்த வேடிக்கையையெல்லாம் கண்டுதான் இந்த நாட்டுப் பெரியவர்கள் எல்லாம் எதை ஈட்டினாலும் ஈட்டாவிட்டாலும் இறைவன் அருளை ஈட்டினால்தான் மற்றவை பயன்படும் என்று உணர்ந்து மற்றவர்களுக்கும் சொல்லியிருக்கிறார்கள்.

சிதம்பரத்துக்குத் தில்லை என்று தமிழில் பெயர் உண்டு. தில்லை என்பது ஒரு மரத்தின் பெயர்; அது அந்தத் தலத்தின் விருட்சமாக இருப்பதால் ஊருக்கும் தில்லையென்ற பெயர் வந்தது; தில்லை வனம் என்றும் சொல்வார்கள்.

எல்லாத் தலங்களிலும் சிவாலயத்தில் நடராஜமூர்த்தியைக் காணலாம். இந்த நடராஜமூர்த்திகள் அனைவருக்கும் மூலமாகிய மூர்த்தி சிதம்பரத்தில் எழுந்தருளியிருக்கும் மூர்த்தி, நடராஜர் என்றாலே சிதம்பரத்தின் நினைவுதான் வரும். அவ்வளவு சிறப்பான அந்தத் தலத்தைக் கோயில் என்று சொல்வது சிவனடியார்களுக்கு வழக்கம். எல்லாக் கோயில்களிலும் சிறந்தது அது; ஆகையால் அதை ஒரு சிறப்பும் சேர்க்காமல் கோயில் என்று சொன்னாலே போதும். அங்கே இறைவன் நடராஜனாக எழுந்தருளி யிருக்கும் இடத்திற்குச் சிற்றம்பலம் என்று பெயர்; திருச்சிற்றம்பலம் என்பார்கள்.

தேவாரத்தை முறையாக ஓதுபவர்கள், எந்த ஊர்த் தேவாரத்தை ஓதினாலும், "திருச்சிற்றம்பலம்" என்று சொல்லித்தான் தொடங்குவார்கள். அதைச் சொல்லியே நிறைவேற்றுவார்கள். வேதத்தை ஓதுபவர்கள் முதலில் "ஓம்" என்று சொல்லித் தொடங்கி, முடிக்கும்போதும் “ஓம்” என்று சொல்லி முடிப்பார்கள். தேவாரம் தமிழ் வேதம். வேதத்துக்கு எத்தனை மதிப்பு உண்டோ, அத்தனை மதிப்பைத் தேவாரத்துக்குத் தமிழ் மக்கள் கொடுத்திருக்கிறார்கள்; இறைவனே அந்த மதிப்பு அதிகமாகும்படி செய்தருளியிருக்கிறான். அந்தத் தமிழ் வேதத்தை ஓதும்போது, பிரணவத்தைப்போலத் திருச்சிற்றம்பலம் என்பதை முதலிலும் முடிவிலும் சொல்கிறார்கள்.எங்கே இருந்தாலும் திருச்சிற்றம்பலத்தை நினைந்து வழிபடுவது இன்றியமையாதது என்ற கருத்தை இந்த வழக்கம் தெளி வாக்குகிறது.

இவ்வளவு பெருமையை உடைய சிதம்பரத்தில் மூவாயிரம் அந்தணர்கள் இறைவனைப் பூசித்து வந்தார்கள். இப்போது மூவாயிரவர் இல்லாவிட்டாலும் 'தில்லை மூவா யிரவர்' என்றே அவர்களைச் சொல்வது வழக்கம். அவர்கள் செய்யும் பூசையை இந்தக் காலத்தில் போய்ப் பார்த்தாலும் மிகமிகச் சிறப்பாக இருக்கும். ஒரு நாளாவது இந்தப் பூசை வழிபாடுகள் எப்படி நடக்கவேண்டுமோ, அந்த முறையினின்றும் தவறுகிறதே இல்லை.

ஒருநாள் நான் ஒரு தீட்சிதரிடம் பேசிக் கொண்டிருந்தேன். தில்லைவாழ் அந்தணர்களைத் தீட்சிதர்கள் என்று சொல்வார்கள். ஒவ்வொரு தீட்சிதருக்கும் நடராஜப் பெரு மானைப் பூசிக்கும் முறை உண்டு. அப்போது கோயிலைப் பற்றிய வழக்கு ஒன்று நடைபெற்று வந்தது. அதைப் பற்றி முன்னே சொன்ன தீட்சிதர் பேசிக் கொண்டிருந்தார். பேச்சுக்கு நடுவில் அவர், "நாங்கள் எல்லாம் ஏழை; எங்களுக்குச் சோறு போடுகிறவர் நடராஜா. அவரே எங்களுடைய செல்வம். அவரை விட்டுவிட்டு, அவரைப் பூசை புரியும் எங்கள் உரிமையை இழந்துவிட்டு, நாங்கள் எப்படி வாழ்வோம் !" என்றார். அதைக் கேட்டபோது என் கண்ணில் நீர்

வந்துவிட்டது. 'கடவுள் நம்பிக்கை எவ்வளவோ குறைந்துபோன இந்தக் காலத்திலும் இவர்களுக்கு நடராஜாவினிடம் இத்தனை நம்பிக்கை இருக்கு மானால், பழங் காலத்தில் பெரியவர்களுக்கு இருந்த நம் பிக்கை எவ்வளவு சிறந்ததாக இருக்கவேண்டும்!' என்று எண்ணினேன்.

இன்றைக்கும் சிதம்பரத்தில் நிவேதனங்களுக்குப் பஞ்சம் இல்லை. தீட்சிதர்களுக்கு நடராஜா சோறும் பொன்னும் அருள் செய்து கொண்டுதான் இருக்கிறார். போய்த் தரிசிக்கிற அடியார்களுக்கும் பிரசாதம் கிடைக் கிறது; நம்பிக்கை இருந்தால் மற்றவையும் கிடைக்கும்.

அப்பர் சுவாமிகள் தில்லைச் சிற்றம்பலத்தின் பெருமையைச் சொல்ல வருகிறார். "அந்த வீட்டுக்குப் போனால் என்ன குறைச்சல்? வேண்டிய மட்டும் சாப்பிடலாம்" என்று சில பெரிய மனிதர்கள் வீட்டைப் பற்றிச் சொல்லுவதை நாம் கேட்டிருக்கிறோம். வீட்டுக்கு உடையவர் நல்ல அன்ன தாதா. அதை அந்த வீட்டின்மேல் வைத்துச் சொல்கிறது வழக்கம். அதுமட்டும் அல்ல ; பசிக்கிறவர்கள் அந்த வீட்டுக்காரரைப் போய்ப் பார்த்து, "ஐயா, சோறு போடுங்கள்" என்று கேட்க வேண்டிய அவசியமே இல்லை. வீட்டுக்குள்ளே சென்றாலே போதும்; அங்கே இருப்பவர்கள், "வாருங்கள் சாப்பிட" என்று அழைப்பார்கள். அந்த வீடு முழுவதும் அன்னதானக் காற்று வீசும். தில்லைச் சிற்றம்பலமும் இப்படித்தான் இருக்கிறதாம். திருநாவுக் கரசர் சொல்கிறார்.

"சோறு, சோறு என்று பறக்கிறாயே! இங்கே வா. தில்லைச் சிற்றம்பலத்தைப் பார். எத்தனை பேருக்கு இங்கே சோறு கிடைக்கிறது பார்த்தாயா? நிலமாகக் கொடுத்தால் உழவேண்டும்; நெல்லாகக் கொடுத்தால் குற்றவேண்டும்; அரிசியாகக் கொடுத்தால் சமைக்கவேண்டும். தில்லைச் சிற்றம்பலம் "அன்னமாகக் கொடுக்கிறது " என்று சொல்கிறார்.

உடம்பு படைத்த மனிதன் அந்த உடம்பைப் பாதுகாக்கச் சோறு உண்கிறான். அதற்காக என்ன என்னவோ காரியங்களைச் செய்கிறான். "அன்ன மயம் பிராண மயம்" என்று ஒரு பழமொழி சொல்வார்கள். சங்ககாலப் புலவர் ஒருவர்,

"உண்டி கொடுத்தோர் உயிர்கொடுத் தோரே
உண்டி முதற்றே உணவின் பிண்டம்"

என்று சொல்கிறார். அவர் ஓர் அரசனைப் பார்த்து, "நீ எல்லோருக்கும் உணவு கிடைக்கும்படி நீர்நிலைகளுக்குக் கரை போட்டும், அணை கட்டியும் நீரைச் சேமிக்க வேண்டும்" என்று சொல்கிறார். நீரைச் சேமித்தாலும் எல்லோருக்கும் சோறு கிடைப்பதில்லை. பணக்காரர்கள் கையில் நிலமும் பொருளும் அடங்கிவிடுகின்றன. விளைந் தாலும் விளையாவிட்டாலும் ஏழைகளுக்கு எப்போதும் பஞ்சந்தான். அவர்களுக்குச் சோறு போடுகிறவன் தில்லைச் சிற்றம்பலத்துப் பெருமான்.

அப்பர் சுவாமிகள், "தில்லைச் சிற்றம்பலம் யாவருக்கும் அன்னத்தைப் பாலிக்கும்" என்று சொல்கிறார். ஏழை களானாலும் சரி, செல்வர்களானாலும் சரி, அவர்கள் வயிற் றிலே அன்னம் விழும்படி செய்வது இறைவன் திருவருள் தானே?

சோற்றின் மறைவிலே நாம் வாழ்கிறோம். நமக்கு, முன்னே சோற்றைக் குவித்துவிட்டால் மற்ற ஒன்றையும் நாம் பார்க்கமுடியாது. புறக் கண் முன்னே சோற்றுக்குவியல் இல்லை. ஆனால் மனக்கண்முன் அது நிற்கிறது. சதா அதையே நினைத்துக் கொண்டிருக்கிறோம். உடம்புக்கு வேண்டிய எல்லாமே சோறும் அதற்கு இனமான நுகர் பொருளும் என்று சொல்லிவிடலாம். அந்த நுகர் பொருளை யெல்லாம் வாங்கித் தருவது பொன். சோறு, பொன் என்னும் இரண்டும் கிடைத்தால் இவ்வாழ்வுக்கு வேண்டிய எல்லாவற்றையும் பெற்றதாக முடியும். அந்தப் பொருள்கள் இல்லையே என்ற

கவலை, வேண்டும் என்ற ஆசை, அவற்றை எப்படிப் பெறலாம் என்ற யோசனை, பெறுவதற்கு உரிய முயற்சி, அதிலே தளர்ச்சியும் கவலையும், வெற்றி பெற்றால் கிடைத்த பொருள்களைக் காப்பாற்றுதல், அவை குறைந்து விடுமே என்ற கவலை, மறுபடியும் அவற்றிற்காக முயற்சி பண்ணுதல் - இப்படி ஒன்றன்பின் ஒன்றாகச் சக்கரம் போலச் சுற்றுகிற செயல்களிலே நாம் ஈடுபட்டு நிற்பது தான் வாழ்க்கையாகி விட்டது. இந்தச் சக்கரத்தின் ஆறை களாக முயற்சிகளும் அநுபவமும் இருந்தாலும் சக்கர முழுவதற்கும் அன்னசக்கரம் என்று பெயர் வைத்து விடலாம். அதன்மேல்தான் உடம்பாகிய வண்டி ஓடுகிறது. சக்கரத்தைத் தள்ளிவிட்டு வண்டியை நகர்த்துகிறோம். இதற்கு அச்சு எங்கே இருக்கிறது என்று தெரியவில்லை.

"இதோ பார் அச்சு" என்று காட்டுவதைப்போலச் சொல்கிறார் அப்பர்.

அன்னம் பாலிக்கும் தில்லைச்சிற் றம்பலம்.

வாழ்க்கையின் தேவைகளைச் சுருக்கிச் சொன்னால் உண்டி, உடை, உறையுள் என்று மூன்றில் அடக்கி விடலாம். உண்டிதான் அன்னம்; மற்ற இரண்டும் சொன் னத்தால் கிடைக்கும். ஆதலின் அந்த மூன்றையும் அன்னம், சொன்னம் என்ற இரண்டிலும் அடக்கி விடலாம். அன்னம் எல்லோருக்கும் வேண்டும்; அது இல்லாவிட்டால் வாழவே முடியாது. அதற்குமேல், பொருள் இருந்தால் எல்லா வகை வளமும் பெறலாம். அன்னம் வாழ்வுக்கு இன்றியமையாதது; சொன்னம் வாழ்வின் பெருக்கத்துக்கு வேண்டியது. இரண்டும் ஒருங்கே கிடைத்தால் மனிதன் குறையின்றி வாழ்வான். இதனை அறிந்தே பழம் புலவர் ஒருவர்,

"நெல்பல பொலிக! பொன்பெரிது சிறக்க!"

என்று வாழ்த்துகிறார்.

தில்லைச்சிற்றம்பலம் மனிதர்களுக்கு வளவாழ்வு பாலிக்குமென்கிறார் நாவுக்கரசர். "அன்னம் பாலிக்கும் ; அதற்குமேல் பொன்னும் பாலிக்கும்" என்று அருளிச் செய்கிறார்.

பொன் என்பதைப் பொன்னம் என்று சொல்கிறார். சில சொற்களுக்கு அம் என்ற சாரியையைச் சேர்த்துச் செய் யுளிலே சொல்வது வழக்கம். திரு என்பதைத் திருவம் என்று புலவர்கள் செய்யுளில் அமைப்பார்கள். அது போலப் பொன் என்பதைப் பொன்னம் என்று சொல்கிறார் வாகீசர். தங்கம் என்று நாம் சொல்கிறோமே, அதுபோல அம் என்று முடியும்படி சொல்வது, கேட்க நன்றாகத்தான் இருக்கிறது. "அன்னம் பாலிப்பதற்கு மேலே பொன்னமும் பாலிக்கும்" என்று மனிதனுடைய வாழ்வின் ஆதாரங் களை அறிந்து சொல்கிறார் திருநாவுக்கரசர்.

பொன்னம் பாலிக்கும் மேலும்.

"தில்லைச்சிற்றம்பலம் அன்னத்தைத் தரும்; பொன்னைத் தரும்" என்று சொல்லிவிட்டு நிறுத்தினால், "நம்முடைய வாழ்க்கைக்குப் பயன் சோறு தின்றுவிட்டுச் சுகமாக வாழ்வதுதான்" என்று தோன்றிவிடும் அல்லவா? நிலமும் திருவும் படைத்த பணக்காரர்கள் எல்லோருமே சுகமாக இருக்கிறார்களா? சோற்றுக்கும் பொன்னுக்கும் அப்பாலே, அந்தச் சுகம் என்பது எங்கேயோ ஒளிந்து கொண்டிருக்கிறது.

அன்னமும் பொன்னும் இருந்தால் உடம்புக்குச் சுகம் கிடைக்கும். ஆனால் இன்பம் என்பது உடம்பின் சுகம் மாத்திரம் அன்று. இன்பம், துன்பம் என்ற இரண்டுமே மனத்திலே தோன்றும் அநுபவங்கள். அவை உடம்பின் மூலமாக வரலாம். நாவுக்கு இனிய தேனை உண்டால் இன்பம் உண்டாகிறது. அந்த இன்பம் உண்டாகும் இடம் மனம். அளவற்ற துக்கத்தினாலே ஆழ்ந்து கிடக்கிறவன் வாயிலே தேனைச் சொட்டினால், அது தித்திப்பாகத்தான்

இருக்கும்; ஆனாலும் அதனால் அவனுக்கு இன்பம் உண்டாகாது. காரணம், அவன் மனம் சரியாக இல்லை.

ஆதலின் புறத் தேவையாகிய உணவும் பொருளும் வந்துவிட்டால் மனிதனுக்குப் போதா. உள்ளத்திலே அமைதி வேண்டும். அப்போதுதான் இன்பம் உண்டாகும். உயிரை உடம்போடு வைத்துக் காப்பாற்றுவது உணவு; பலவகைப் போகங்களை நுகரக் கருவியாக இருப்பது பொருள். ஆனால் இந்த இரண்டும் உயிரைப் போகாமல் நிறுத்தி வைக்குமேயன்றித் துயரமின்றிச் செய்யாது. அதற்கு இறைவன் அருள் வேண்டும். அந்த அருளைப் பெறுவதற்கு அவனிடம் அன்பு செய்யவேண்டும். அந்த அன்பே எல்லா உயிர்களையும் நேசிக்கும் அன்பாக விரியும். இறைவனிடம் அன்புடையவர் எல்லா உயிர்க்கும் அன் புடையாராக இருப்பார். இப்படி அன்பு பெருகுவதால் அவருடைய உயிருக்கு இன்பம் உண்டாகும்.

"அன்பைப் பெருக்கிஎன் ஆருயிரைக் காக்கவந்த
இன்பப் பெருக்கே இறையே பராபரமே"

என்பது தாயுமானவர் வாக்கு. அன்பு பெருகப் பெருகத் துன்பம் சுருங்கும்; இன்பம் வளரும். உடம்பை வளர்ப்பதற்கு உணவும் பொன்னும் பயன்படும். அந்த உடம்பைக் கொண்டு அன்பை வளர்க்க வேண்டும்.

"அன்பின் வழிய துயிர்நிலை; அஃதிலார்க்கு
என்புதோல் போர்த்த உடம்பு"

என்று வள்ளுவர் கூறுகிறார்.

நெல்லும் பொருளும் கிடைக்கும் இடம் தில்லைச் சிற்றம்பலம். அங்கேயே அன்பும் கிடைக்குமாம்.

எல்லோருக்குமே இறைவன் அன்பை வைத்திருக்கிறான். அதை எங்கெங்கோ வைத்து மாசுபடுத்திவிடுகிறோம். அதை மேலும் மேலும் வளர்ப்பதில்லை. "உலகத்திலுள்ள மக்கள்

எல்லாரும் நம் உடன் பிறந்தவர்கள்" என்று மேடையின்மீது ஆரவாரிப்பவர்களைப் பார்க்கிறோம். உண்மையில் அவர்கள் உள்ளத்திலே அந்த நினைவு இருக்கிறதா? ஒரு வீட்டுக்குள் வாழும் உடன் பிறந்தவர்களிடம் அன்பு செய்யத் தெரியாதவன் ஊரில் உள்ளவர்களைச் சகோதரர்களாகக் கருதி வாழ முடியுமா?

சகோதர பாசத்துக்கு மூலம் தாய் அன்பு. நமக்குத் தாயிடத்தில் பற்று, குழந்தையாக இருக்கும்போது ஏற்படுகிறது. பிறகு தகப்பனிடம் அது பரவுகிறது. தாய் தந்தையரிடம் உள்ள அன்பே பின்பு நம்மைப் போலவே அவ்விருவர் பாலும் உரிமையுடைய சகோதரர்களிடம் பரவுகிறது. மற்றவர்களிடம் அவ்வளவு அன்பு உண்டாகிறதில்லை.

ஒருவனுக்கு அண்ணன் இருக்கிறான். ஆனால் அவன் சிறு பிராயத்திலே வீட்டைவிட்டுப் போய்விட்டான். தாய் அடிக்கடி தம்பியிடம், “உனக்கு ஓர் அண்ணன் இருந்தான்; அவன் எங்கேயோ போய்விட்டான். அவன் இப்போது எங்கே இருக்கிறானோ" என்று சொல்கிறாள். பலகாலம் கழித்துத் தம்பி வேறே ஓர் ஊருக்குப் போகிறான். அங்கே ஓரிடத்தில் ஒருவனைச் சந்திக்கிறான். அவன் மிகவும் ஏழை. கந்தையைக் கட்டிக்கொண்டிருக்கிறான். இவனிடம் வந்து ஏதேனும் உதவி செய்ய வேண்டுமென்று கேட்கிறான். "ஏன் அப்பா, இப்படிப் பிச்சை எடுக்கிறாய்? ஏதாவது தொழில் செய்யக்கூடாதா?" என்று இவன் சொல்கிறான். அந்த ஏழை ஏதோ பதில் சொல்கிறான். அவன் பேச, இவன் பேச அவர்களுடைய பேச்சு விரிகிறது. இவன் அவனுக்கு ஒன்றும் கொடுப்பதாக எண்ணவில்லை. ஆனால் பேச்சு விரிய விரிய அவன்தான் ஓடிப்போன தன் அண்ணன் என்று தெரியவருகிறது. அப்போது தம்பிக்கு எத்தனை ஆனந்தம் உண்டாகும்! உடனே தன் பெட்டியிலிருந்து ஆடையை எடுத்துக் கொடுத்துக் கட்டிக்கொள்ளச் சொல்கிறான். நல்ல உணவு கிடைக்கச் செய்கிறான். ஊருக்கு அழைத்துச் செல்கிறான். அண்ணன் என்று தெரிகிறவரைக் கும் அவனுக்கு உதவி செய்ய

நினைக்கவில்லை; தெரிந்த பிறகு அன்பு உண்டாகிவிடுகிறது. இது மனித சுபாவம்.

அப்படியே மற்ற உயிர்கள் நம்முடைய சகோதரர்கள் என்ற உணர்ச்சி வரவேண்டுமானால் அதற்கு முன் வேறு ஓர் உணர்ச்சி உண்மையாக உண்டாகி உரப்படவேண்டும். சகோதரன் என்பதற்கு ஒரு வயிற்றிலே பிறந்தவன் என்பது பொருள். தனக்கும் தன் சகோதரனுக்கும் இடம் தந்த வயிறுடையவள் ஒரே அன்னை என்ற நினைவு முதலிலே தோன்றி அந்த அன்னையிடம் அன்பு உண்டாகி, அப்பால் சகோதரன் என்ற நினைவும் சகோதர பாசமும் உண்டாகும். அதுபோல, எல்லோருக்கும் ஒரே தாயும் பிதாவுமானவன் இறைவன் என்ற உணர்ச்சியும், அவனிடத்திலே அன்பும் வளர்ந்தால் உயிர்களிடத்தில் அன்பு உண்டாகும். ஆதலின் இறைவனிடத்தில் உள்ள அன்பை வளர்த்தால் உயிர்கள் அனைத்துக்கும் அன்புடையவர்க ளாகும் நிலை தானே வரும்.

உடம்பைக் கொண்டு அன்பை வளர்த்தால் இன்பம் உண்டாகும்; அதற்குச் சிற்றம்பலம் உதவிபுரியும். அங்கே. இறைவனுடைய தரிசனத்தைக் கண்டுவிட்டால், உள்ளம் வேறு ஒன்றையும் நாடாது.

மனிதனுடைய உள்ளத்திலே இறைவன் அன்பு விதையை நட்டிருக்கிறான். அதை முளைக்க விடாமல், ஈரமே சிறிதும் படாமல் வைத்திருப்பதால் அது வளர்வதில்லை. அருள் மழை பொழியும் சிற்றம்பலத்துக்குச் சென்றால் அந்த வித்து முளைக்கும்; வளரும்; படரும்.

அப்பர் சொல்கிறதைக் கேட்கலாம். அன்னமும் சொன்னமும் வழங்கும் சிற்றம்பலம் அன்பையும் வளரப் பண்ணுகிறதாம். சிற்றம்பலத்தைக் கண்டால் நீர் பெற்ற வயலில் நெல் விளைந்து சலசலவென்று ஒலி செய்வது போல அன்பும் நன்றாக விளைந்து ஆலிக்குமாம்.

என்அன்பு ஆலிக்கு மாறுகண்டு.

சிற்றம்பலத்தைக் கண்டால் முன்பே உள்ளே புதைந்திருந்த அன்பு எழுந்து பரந்து கூத்தாடி ஆரவாரிக்கிறதாம். அன்பு ஆலிக்கும் படியாகக் கண்டால் வரும் பயன் என்ன? அன்பினால் இன்பம் ஆர்வதை அறிந்தவர் அப்பர். "நான் சிற்றம்பலத்தைக் கண்டால் என் அன்பு ஆலிக்கும்; அதனால் இன்பம் உண்டாகும்" என்கிறார்.

என்அன்பு ஆலிக்கு மாறுகண்டு இன்புற.

அன்னம் பாலிக்கும் அம்பலம் அது; பொன்னம் யாலிக்கும் பொன் மன்றம் அது; அன்பை ஆலிக்கச் செய்யும் அருள் நிலையம் அது. அதை அடைந்து கண்டு அன்னமும் சொன்னமும் அடையலாம்; அவற்றிற்கு மேல் அன்பு வளர்ச்சியைப் பெறலாம்; பெரிய இன்பத்தை அடையலாம். அன்னம் கிடைத்தால் அப்போதைக்குப் பசி அடங்கும்; பொன் கிடைத்தால் ஓரளவு குறை நீங்கும்; ஆனால் இவ்விரண்டோடு நின்றால் வாழ்வு இன்ப வாழ்வு ஆகாது; அன்பு பெருகினால்தான் இன்பம் உண்டாகும். சிற்றம்பல தரிசனத்தால் அன்பு பெருகும்போது உண்மையான இன்பம் உண்டாகும்.

திருச்சிற்றம்பல தரிசனம் கண்ட நாவுக்கரசர் அதன் பெருமையை இவ்வளவு நன்றாக எடுத்துச் சொன்னார். இதற்குமேல் மிக அருமையாக ஒன்று சொல்கிறார். அது தான் அவருடைய அன்பின் நுட்பத்தை வெளியிடுகிறது.

கடவுளை வணங்குபவர்கள், "இந்த உலக வாழ்வு வேண்டாம்; இந்த உடம்பு வேண்டாம்" என்று சில இடங்களில் சொல்லியிருக்கிறார்கள். அத்தகைய இடங்களை மாத்திரம் கண்டு, "அவர்களுக்கு எப்போதும் அழுகை தான்; உலகத்தைக் கண்டால் வெறுப்புத்தான்" என்று நினைத்துவிடக் கூடாது. இந்த உலகத்தில் நன்றாக வாழத் தெரிந்தவர்கள் நம்முடைய முன்னோர்கள்; பொருளை ஈட்டி வாழ்ந்தவர்களைக் காட்டிலும் இறைவனுடைய அருளை ஈட்டி மிகமிக இன்பமாக வாழ்ந்தார்கள். இந்த உலகத்திலேயே முத்தி

யின்பத்தை அடையலாம் என்ற நம்பிக்கை யும், அநுபவமும் வாய்ந்தவர்கள் அவர்கள்.

"இதெல்லாம் பிற்காலத்தில் சமயப் பற்று மிகுதியாக வந்தபோது உண்டான கொள்கை" என்று அரை குறை ஆராய்ச்சியின் பயனாகச் சிலர் கூறுவதுண்டு. சங்ககால நூலாகிய திருமுருகாற்றுப்படையில் நக்கீரர், இந்த உலகத்தில் வாழும்போதே இணையில்லாத இன்ப நிலையாகிய சீவன் முத்தியை அடையலாம் என்று சொல்கிறார்.

தில்லைச் சிற்றம்பலத்திற்குச் சென்று இறைவனுடைய தரிசனம் பெற்று அன்பை வளர்த்து இன்புற்றால் இந்த மனிதப் பிறவியே முத்தியின்பத்தை அடையும் நிலையைப் பெற்றுவிடுகிறது. அந்த இன்ப நிலையில் இருந்து பேசுகிற வர்களுடைய உணர்ச்சி நமக்கு எளிதிலே விளங்காது. சின்னக் குழந்தைக்குக் காதலின்பம் தெரியுமா? எவ்வளவு தான் புத்தகங்கள் வாசித்தாலும், நாடகங்களைப் பார்த்தாலும் பருவம் வராத வரையில் தெரியாது. சிற்றின்பம் என்று சொல்கிற இதுவே அத்தகையதானால் புலன்களுக்கு எட்டாத அந்தப் பேரின்பத்தை உணர்வதற்குப் பெரிய தகுதி வேண்டாமா?

அப்பரைப் போன்றவர்கள் அந்தத் தகுதி பெற்றவர்கள். சிற்றம்பல தரிசனம் கண்ட மாத்திரத்தில் அவர்கள் உயிரிலே இன்பம் பாய்கிறது. மின்சாரத் தாக்கு தலைப் போல விளைந்த அந்த ஆனந்த அதிர்ச்சியிலே, "இப்படியே இருந்துவிடமாட்டோமா!" என்று ஏங்குகிறார்கள்.

"பூவுலகத்துக்குப் புறம்பே இன்ப உலகம் இருக்கிறதா, இல்லையா என்ற ஆராய்ச்சி இப்போது வேண்டாம். கண்கூடாக நான் இன்பத்தை இவ்வுலகத்திலேயே நுகர் கிறேன். இந்தப் பிறவியினால் எப்போதும் துன்பமே உண்டாகிறது என்று சொல்கிறவர்கள் பலர். நானும் அப்படித்தான் நினைத்துக் கொண்டிருந்தேன். ஆனால் இப்போது அது தவறு என்று தோன்றுகிறது. பட்டினி

கிடக்கிறவன் சோறு கிடைக்காமையால், 'பாழும் வயிறே!' என்று தன் வயிற்றை வைகிறான். நல்ல சாப்பாடு. கிடைத்தால் அதை உண்ணுவதற்கு ஏற்றபடி வலியில்லாத வயிறு இருப்பதை எண்ணி அவன் மகிழ்ச்சியே அடைவான். அப்படியே இறைவனுடைய தரிசனத்தால் நான் அடையும் இன்பம் உயிரைக் குளிர்விக்கும் இன்பமாக இருப்பதனால், இந்த உடம்பினால் வந்த துன்பத்தையே மறந்துவிடுகிறேன். இந்த உடம்பு இருப்பதனாலல்லவோ இங்கே வந்து என் அன்பு ஆலிக்குமாறு கண்டு இன்புற முடிகிறது? இதற்கு முன்பு இந்த உடம்பை எடுத்தேனே என்று இரங்கினேன். இப்போது 'இந்த உடம்பு எடுத்தேனே; எவ்வளவு நல்ல காரியம்!' என்று மகிழ்ச்சி அடைகிறேன். அது மட்டுமா? இந்தப் பிறவிக்கு ஓர் எல்லை உண்டல்லவா ? அந்த எல்லையை அணுகி இப் பிறவி தீர்ந்தாலும் மறுபடியும் இப் பூவுலகில் வந்து பிறந்து சிற்றம்பலத்தைக் கண்டு மீட்டும் இன்புற வேண்டுமென்று தோன்றுகிறது."

அப்பர் சுவாமிகள் இப்படிச் சொல்கிறார். இவ்வளவு விரிவாகச் சொல்லாவிட்டாலும் இப்படி யெல்லாம் நினைத்து நினைத்துப் பிறகு சுருக்கமாகச் சொல்கிறார். "அன்னம் பாலிக்கும் தில்லைச் சிற்றம்பலம் அதற்கு மேலும் பொன்னம் பாலிக்கும்; அதைத் தரிசித்தால் அன்பு ஆலிக்கச் செய்யும்; அதைக் கண்டு இன்புற இப் பூமிசை இன்னம் இப் பிறவியைப் பாலிக்குமோ!" என்கிறார்.

அன்னம் பாலிக்கும் தில்லைச்சிற் றம்பலம்;
பொன்னம் பாலிக்கும் மேலும்; இப் பூமிசை,
என்அன்பு ஆலிக்கு மாறுகண்டு இன்புற
இன்னம் பாலிக்கு மோஇப் பிறவியே!

[அன்னத்தை வழங்கிக் காப்பாற்றும் தில்லைச் சிற்றம்பலம்; அதற்கு மேலும்பொன்னை வழங்கும். என்னுடைய அன்பு வளர்ந்து பொங்குமாறு அதனைக் கண்டு இன்புறும்படியாக இந்த மனிதப் பிறவியை இன்னம் எனக்கு அது வழங்குமோ?

அன்னம் - சோறு. பாலித்தல் - வழங்குதல், பாதுகாத்தல்; இங்கே, வழங்கிப் பாதுகாத்தல் என்று கொள்க. தில்லை, ஊரின் பெயர்; சிற்றம்பலம், இறைவன் எழுந்தருளியிருக்கும் நடன சபைக்குப் பெயர். பூமிசை - நிலவுலகத்தில். ஆலிக்குமாறு - ஆர வாரிக்கும்படி; என்றது இங்கே வளர்ந்து பயன் பெறுவதைச் சுட்டியது. கண்டு - தரிசித்து. சிற்றம்பலத்தைக் கண்டால் அன்பு ஆலிக்கும்; அதனால் இன்பம் உறும். இன்னம் - இனிமேலும். இப் பிறவி - கண்டு இன்புறுதற்கு ஏதுவான மானிடப் பிறவி.]

பலர் துன்பப் பிறவி என்று குறை கூறும் மனிதப் பிறவியை இன்பப் பிறவியாகக் காணுகிறார் அப்பர். தில்லைச் சிற்றம்பலத்தில் நடராஜப் பெருமானுடைய காட்சியினால் உண்டாகும் ஆனந்தம் அவரை அத்தகைய நிலையில் வைத்து விடுகிறது.

குனித்த புருவமும் கொவ்வைச்செவ் வாயிற்
குமிண்சிரிப்பும்
பனித்த சடையும் பவளம்போல் மேனியிற்
பால்வெண்ணீறும்
இனித்த முடைய எடுத்தபொற் பாதமும்
காணப்பெற்றால்
மனித்தப் பிறவியும் வேண்டுவ தே இந்த
மாநிலத் தே

என்று கூறும் பெருமான் அவர். தில்லைச் சிற்றம்பலத்தைக் கண்டு இன்புறுவதற்காக இப்பிறவி மீண்டும் வேண்டும் என்கிறார்.

சுந்தரமூர்த்தி நாயனார் தில்லைச் சிற்றம்பலத்துக்கு வந்து தரிசித்தபோது அவர், 'இந்துவாழ் சடையான் ஆடும் ஆனந்த எல்லையில் தனிப் பெருங் கூத்தின், வந்தபே ரின்ப வெள்ளத்துள் திளைத்து மாறிலா மகிழ்ச்சியில் மலர்ந்தார்.' அப்போது திருநாவுக்கரசருக்கு உண்டான ஆனந்த அதிர்ச்சி அவருக்கும் உண்டாயிற்று. 'இப்படியே இருந்துவிடலாமே!'

என்று அவர் உள்ளம் எண்ணியது போலும்! உணர்ந்தும் ஓதற்கரிய இன்ப நுகர்ச்சியிலே கரைந்து போன அவர் அதைச் சொல்லாவிடினும், நாயன் மார் உள்ளப் பண்புகளைத் தெரிந்து தம் இனிய பாடலில் எடுத்துக் காட்டும் தெய்வப் புலவராகிய சேக்கிழார் சொல்கிறார்; சுந்தரர் கூற்றாக வைத்துச் சொல்கிறார்.

"தெண்ணிலா மலர்ந்த வேணியாய் உன்றன்
திருநடம் கும்பிடப் பெற்று
மண்ணிலே வந்த பிறவியே எனக்கு
வாலிதாம் இன்பமாம் என்று
கண்ணில் ஆனந்த அருவிநீர் சொரியக்
கைம்மலர் உச்சிமேல் குவித்துப்
பண்ணினால் நீடி அறிவரும் பதிகம்
பாடினார் பரவினார் பணிந்தார்."

அப்பர் சுவாமிகள் இந்தப் பிறவியையே இன்பப் பிறவியாகக் கண்டார். அவர் போன்ற அன்பர்களும் மண்ணிலே வந்த பிறவியைத் தூய இன்பமுடையதாகக் கண்டார்கள். 'இப் பிறவி வேண்டாம்' என்ற கூட்டத் தாரோடு சேராமல், 'இன்னம் பாலிக்குமோ இப்பிறவியே!' என்று சொல்லும் நிலை அவர்களுக்கு இருந்தது.

"அன்னம் பாலிக்கும்" என்ற பாசுரம், ஐந்தாந் திரு முறையில் முதற் பதிகத்தின் முதற்பாட்டாக உள்ளது.

தவ மகள்

"இந்தா, இந்தப் பாலைக் கொஞ்சம் குடி" என்றாள் தாய்.

"பாலும் வேண்டாம்; மோரும் வேண்டாம்" என்று எரிந்து விழுந்தாள் இளம் பெண்.

"இரண்டு பழமாவது சாப்பிடமாட்டாயா?"- மறுபடியும் தாய் வருந்திக் கேட்டாள்.

"எனக்கு ஒன்றுமே வேண்டாம். ஏன் என்னைத் தொந்தரவு செய்கிறாய்?" என்று அவள் அலுத்துக் கொண்டாள்.

அவளை அன்புடன் வளர்த்த செவிலித் தாய் வந்தாள்; "என்ன இது! தலையைக்கூட வாரிப் பின்னிக் கொள்ளாமல் இருக்கிறாயே! முகத்தைப் பார்த்தால் வியாதிக்காரி மாதிரி இருக்கிறது. போ; முகத்தைத் துடைத்துக்கொண்டு இரண்டு வாய் சாப்பிடு" என்றாள்.

"நீயும் வந்துவிட்டாயா? இன்னும் ஊரில் இருக்கும் பெண்டுகளையெல்லாம் அழைத்துக் கொண்டுவந்து, சோறு, சோறு, சோறு என்று என் காதில் ஓதச் சொல்... அப்பப்பா! என்ன சோறு வேண்டியிருக்கிறது? இந்த உடம்பு வாடினால் இவர்களுக்குக் கண்ணைக் குத்துகிறதாம். அவ்வளவு அக்கறை உள்ளவர்கள், இன்னும் சாப்பிடவில்லையே என்று கேட்கிறார்களே ஒழிய, ஏன் இப்படி இருக்கிறாய் என்று கேட்கிறார்களா? நான் சாப்பிடா விட்டால் இவர்களுக்கு என்ன? இவர்களுடைய சாப் பாட்டை நான் பிடுங்கிக் கொள்கிறேனா?"

அவள் என்ன என்னவோ சொன்னாள்.

'இந்தப் பெண், என்ன இப்படிப் போய்விட்டாள்? எப்போதும் முகமலர்ச்சியோடு கூத்தும் பாட்டுமாக இருக்கிறவள், இப்படிப் பலபல பேசுகிறாளே! நம்மையெல்லாம் அலட்சியமாகப் பேசுகிறாள். இவளிடத்தில் நாம் வெறுப்பாக இருப்பதுபோல எண்ணியல்லவா பேசுகிறாள்? ஏன் இப்படி?' என்று செவிலித்தாய் யோசித்துப் பார்த்தாள். அவளுக்கு ஒன்றும் விளங்கவில்லை.

தான் வளர்த்த அந்த அழகியிடத்தில் அவளுக்கு உள்ள அன்பு யாவருக்கும் தெரியும்.

ஒரு நாள் அந்தப் பெண் தனியே அமர்ந்திருந்தாள். ஏதேதோ சொல்லிக் கொண்டிருந்தாள். செவிலித் தாய் சற்றுத் தூரத்தில் மறைவாக நின்று அவள் என்ன சொல்கிறாளென்று கவனித்தாள். "ஆரூர்ப் பெருமானே! ஐயா அரனேயோ!" என்று அவள் தானே பேசிக் கொண்டிருந்தாள். இடையிடையே பெருமூச்சு விட்டாள்."இருந்தாடும் அழகனே ! எம்பெருமானே ! உன் செவ்வந்தித் தோட்டின் அழகு ஒன்றே போதுமே, என் உயிரைக் கொள்ளை கொள்ள!' அவள் இப்படியே பேசிக் கொண்டிருந்தாள்.

'இந்தப் பெண் யாரிடமோ உள்ளத்தைப் பறி கொடுத்து விட்டாள்' என்ற உண்மையைச் செவிலி உணர்ந்தாள். சில நாட்களுக்குமுன் அந்தப் பெண் திருவாரூருக்குப் போயிருந்தாள். செவிலித் தாய்க்குச் சொந்த மகள் ஒருத்தி இருக்கிறாள். அவள் இந்தப் பெண்ணுக்கு உயிர்த் தோழி. இவளைப் பற்றிய இரகசியமெல்லாம் அவளுக்குத் தெரியும். அந்தத் தோழியும் இந்த இளம்பெண்ணுடன் திருவாரூருக்குப் போயிருந்தாள். இது செவிலித் தாய்க்கு நினைவு வந்தது. திருவாரூருக்குப் போய் வந்ததிலிருந்தே தன் அன்புக்குரிய இந்தப்பெண் ஒருமாதிரி இருப்பதைக் கவனித்தாள். சரியாக உணவு கொள்ளாமலும், தன்னை அழகு செய்து கொள்ளாமலும் இருப்பது தெரிந்தது. இப்போது அந்த நிலை வரவரக் கடுமையாகி வருகிறதை உணர்ந்தாள். இதென்ன? சின்னப் பெண்; இளம் பெண். அழகுப் பொருளையெல்லாம்

வாரி வாரி அணிந்து கொள்ளும் பருவம் இது. மலரும் வீணையும் நிலவும் ஆடையும் இன்பத்தைத் தரும் காலம். சுவை தெரிந்து உண்ணும் பருவம். ஒன்றும் வேண்டாம் என்று தவ மகளைப்போல ஊணை ஒடுக்கி, அலங்காரம் செய்து கொள்வதைக் குறைத்துக் கொண்டு இருக்கிறாளே !' என்ற சிந்தனையில் மூழ்கினாள்.பிறகு தன் மகளும் அவளுடைய உயிர்த் தோழியுமாகிய பெண்ணைக் கேட்டாள்; "திருவாரூரில் யாரையாவது பார்த்தாளா?' என்று கேட்டாள்.

"ஆம்" என்று தோழி சொன்னபோது செவிலித் தாய்க்குத் தூக்கி வாரிப் போட்டது.

"யார் அவன்?'' என்று படபடப்பாகக் கேட்டாள்.

"வீதிவிடங்கன்" என்றாள் தோழி.

"அவன் யார்?" என்று மீட்டும் கேட்டாள் செவிலித் தாய்.

"அவன்தான் ஆரூரில் எழுந்தருளியிருக்கும் சிவபெருமான். திருவீதியிலே அப்பெருமான் பவனி வந்தான். அப்போது அவனுடைய திருக்கோலத்தைக் கண்டாள். தன் நிலையை மறந்தாள். கீழே விழப்போனாள். நான் பிடித்துக் கொண்டேன். அவளுக்கு அது முதல் வேறு நினைவே இல்லை. கிண்கிணிக்கால் அழகனாகிய தியாகராஜப் பெருமானிடம் காதல் கொண்டு விட்டாள்'' என்று உண்மையைச் சொன்னாள்.

இத்தனை சிறு பெண் காதல் கொள்வதா! மணல் வீடு கட்டி விளையாடினவள் ; இவளா வீதிவிடங்கனைக் கண்டு காதல் கொண்டாள்! என்ன ஆச்சரியம்!'-செவிலி ஆச்சரியப் படுவதற்குக் காரணம் உண்டு. இன்னும் இந்தப் பெண் சின்னஞ் சிறு பெண் என்றுதான் நினைத்துக் கொண்டிருக்கிறாள். நாள்தோறும் பார்த்துக் கொண்டிருப் பவர்களின் வளர்ச்சி நமக்குத் தெரிவதில்லை. சில ஆண்டுகள் பாராமல் பார்க்கிறவர்களுக்கு அது நன்றாகத் தெரியும். புறவளர்ச்சியே பழகியவர்களுக்குத் தெரியாதபோது, அக

வளர்ச்சி எப்படித் தெரியப்போகிறது? ஆதலால், செவிலித் தாய்க்கு, இந்த இளம் பெண்ணுக்கும் மன வளர்ச்சி உண்டு, காதல் அரும்பும் பருவம் எட்டிப் பார்க்கிறது என்ற உண்மைகள் புலனாகவில்லை. அதனால்தான் தோழி சொன்னது அவளுக்கு ஆச்சரியமாக இருந்தது.

இப்போது செவிலிக்குத் தெளிவு பிறந்தது. அந்தப் பெண், வீட்டில் யாராவது ஏதாவது சொன்னால் வெறுப்புடன் பேசுகிறாள்; எப்போதும் ஆரூர்ப் பெருமானைப் பற்றியே பேசிக் கொண்டிருக்கிறாள்; ஊண் இல்லை; உறக்கம் இல்லை; எப்போதும் தனிமையையே விரும்புகிறாள். இந்த நிலைக்குக் காரணம் இப்போது நன்றாக விளங்கியது.

யாரோ ஒரு மாது, செவிலித்தாய்க்குத் தெரிந்தவள்,அந்த வீட்டுக்கு வந்தாள். வீட்டுப்பெண்ணைப் பார்த்தாள். "ஏன் இவள் இப்படிச் சோர்ந்திருக்கிறாள்?" என்று கேட்டாள். அதை ஏன் கேட்கிறீர்கள்? நன்றாக இருந்த பெண், இப்போது தவமகளைப்போல ஆகிவிட்டாள்" என்றாள் செவிலி.

"ஏன்? என்ன செய்கிறாள்?'

"நாங்கள் ஏதாவது சொன்னால், இவள் கேட்பதில்லை. எங்களையெல்லாம் அயலாரைப்போல எண்ணிப் பலபல பேசுகிறாள். இந்தமாதிரிச் சில காலமாகத்தான் பேசத் தொடங்கியிருக்கிறாள். தனியாக இருக்கும்போது திருவா ரூர்ப் பெருமானே, திருவாரூர்ப் பெருமானே என்று சொல்லி ஏங்குகிறாள்."

"ஏன் அப்படி இருக்கிறாள்?"

"ஒருநாள் திருவாரூருக்குப் போனாள். அப்போது திரு விழாக்காலம். வீதிவிடங்கப் பெருமான் திருவீதியிலே பவனி வந்தான். அவனைத் தரிசித்தாள். அவனுடைய அழகிலே மயங்கிப் போனாள். அங்கிருந்து வந்தது முதல் இப்படி இருக்கிறாள். சோறு இல்லை, தண்ணீர் இல்லை; அழகு இல்லை, அலங்காரம் இல்லை. தவம் செய்கிற

பெண்ணைப்போல ஆகிவிட்டாள். இது என்ன ஆச்சரியம்! இந்தச் சிறிய பெண்ணுக்கு இவ்வளவு காதல் எப்படி வந்தது?" என்று செவிலித்தாய் விரித்து உரைத்தாள்.

அவள் கூறியதைத் திருநாவுக்கரசர் பாடலாகத் தருகிறார்.

இவள் ந மைப்பல பேசத் தொடங்கினாள்;
அவணம் அன்றுஎனில் ஆரூர் அரன்எனும்;
பவனி வீதி விடங்கனைக் கண்டுஇவள்
தவனி ஆயின வாறுஎன்றன் தையலே!

[இந்தப் பெண் நம்மைப் பல வார்த்தைகள் வெறுப்புடன் பேசத் தொடங்கினாள்; அப்படி இல்லாவிட்டால், தனியே இருக்கும்போது திருவாரூரில் உள்ள அரனே என்று சொல்லி ஏங்குகிறாள். திருவீதியில் பவனி கொண்டருளிய வீதிவிடங்கப் பெருமானைத் தரிசித்து என் இளம் பெண்ணாகிய இவள் தவமகளாக ஆனது என்ன வியப்பு!

அவணம் - அவ்வண்ணம். ஒன்று எங்களை வெறுத்துப் பேசு கிறாள்; இல்லாவிட்டால் திருவாரூர் அரனை விரும்பி அழைக்கிறாள் என்றபடி. எனும் - என்று பலகால் கூறுவாள். பவனி - திருவுலா. வீதிவிடங்கன்: திருவாரூர்த் தியாகராஜர் திருநாமங்களில் ஒன்று. தவனி - தவமகள்; தபஸ்வினி என்ற வடமொழியின் திரிபு. ஆயினவாறு என்னே என்று ஒரு சொல் கூட்டிப் பொருள் செய்க. பெரும்பாலும் 'ஆயினவா, ஆயினவாறு, இருந்தவா, இருந்தவாறு' என்று வருபவை வியப்பினாலும் இரக்கத்தாலும் சொல்லப் பெறுவனவாதலின், முடிபுச் சொற்கள் இல்லாமலே நின்று விடும்; முடிபை வருவித்துக் கூட்டிப் பொருள் சொல்லவேண்டும். வியப்பில் ஆழ்ந்தவர்களும் உணர்ச்சிக்கு உட்பட்டவர்களும் தாம் சொல்லவந்ததை முற்றும் கூறாமல் இப்படி நிறுத்துவது இயல்பு என்பதை இத்தகைய இடங்கள் தெரிவிக்கின்றன. தையல் - இளம் பெண்.]

திருவாரூர்ப் பெருமானிடம் காதல் கொண்ட காதலியின் நிலையை அவளுடைய செவிலித்தாய் எடுத்துரைப்பதாக இருப்பது இந்தப் பாட்டு. நற்றாய் கூற்றாகவும் சொல்லலாம்.

'தன்னுடைய உடலுக்கு வேண்டியவற்றை நாடித் தேடி நுகர்ந்து, மற்ற மக்களோடு உலகியலில் ஈடு பட்டு வாழும் உயிர், இறைவனுடைய உண்மையை உணர்ந்த போது.

அதுகாறும் விரும்பிய பொருள்களையெல்லாம் விட்டு, இறைவன்மேல் உள்ள அன்பு ஒன்றையே பெருக்கித் தவவாழ்வு வாழும்' என்ற கருத்தை இந்தப் பாடல் குறிப்பாகத் தெரிவிக்கிறது.

இது ஐந்தாந் திருமுறையில் ஏழாம் பதிகத்தின் எட்டாவது திருப்பாட்டு.

எல்லாம் அவன்

"இறைவன் எங்கே இருக்கிறான்? எப்படி இருக்கிறான்?' என்று கேட்பவர்களுக்கு அவனுடைய முழு உருவத்தையும் சுட்டிக் காட்ட இயலாது. அவன் சுட்டலா காத பரம்பொருள். "அவன் பெரியவன்; எல்லா உயிர்களுக்கும் ஆதாரமானவன்; எல்லாப் பொருளையும் தன்னுள் அடக்கிக் கொண்டிருப்பவன்" என்று சொல்லிக் கொண்டே போகலாம். அந்த வார்த்தைகள் ஒலியளவிலே காதில் படுமே ஒழியக் கருத்திலே பதியாது. ஒரு பெரியவரது பெருமையைச் சொல்லும்போது அவர் குணங்களால் மிகப் பெரியவர் என்று தெரிவிக்க நினைக்கிறோம். அப் படியே சொன்னால் மனத்தில் பதியாது. அதனால் அந்தப் பெருமையை உருவமுள்ள பொருள் ஒன்றினுடைய பெரிய அளவோடு ஒப்பிட்டுச் சொல்கிறாம். "மலை போன் றவர்" என்று சொல்கிறோம். பெரியவர்களும் அப்படிச் சொல்கிறார்கள்.

"நிலையில் திரியாது அடங்கியான் தோற்றம்
மலையினும் மாணப் பெரிது"

என்ற குறளில் மலையைக்கொண்டு அடக்கமுடையவரது பெருமையை அளந்து காட்டுகிறார் வள்ளுவர். சிறுமை யைக்கூட, "அவன் கிடக்கிறான், சுண்டைக்காய்" என்று காட்சிப் பொருளைக் கொண்டு குறிப்பிடுதல் வழக்கமாகி விட்டது. மலையென்றதனால் கல்லும் கரடும் உள்ள தன்மையை நினைக்காமல், 'அளக்கலாகா அளவும் பெருமை யும்' ஆகிய இயல்பை நினைக்கவேண்டும்.

நமக்கு எந்த எந்தப் பொருள் பெரியதாக இருக் கிறதோ, அந்த அந்தப் பொருளைக் கொண்டு பின்னும் பெரிய

பொருள்களின் இயல்பை அளக்கிறோம். பெரிய பொருள்களாக நாம் கண்டவை பல. மலையைப் பெரிது என்கிறோம். ஆனால் இன்னும் பெரியது ஒன்றை நாம் பார்க்கிறோம். பல மலைகளைத் தன்னுள்ளே கொண் டிருக்கிற நிலம் மலையைக் காட்டிலும் பெரிது.

இறைவனைப் பற்றிச் சொல்ல வரும் அப்பர் அவனுடைய இயல்புகளை நினைக்கிறார். அவன் உயிர்களுக் கெல்லாம் ஆதாரமாகித் தாங்குகிறான். பெரிய பொருள் களுக்கெல்லாம் பெரிய பொருளாக இருக்கிறான். பூமி பெரியது; உயிர்கள் வாழ இடம் கொடுப்பது; பெரிய மலைகளைவிடப் பெரியது. ஆகவே இறைவனை ஞாலமாகவே சொல்லிவிடலாம். அவன் ஞாலத்தைப்போல இருக்கிறான்; ஞாலமே தன் திருவுருவாகவும் திகழ்கிறான். எனவே,

ஞாலமே!

என்று பாடத் தொடங்குகிறார். பூமியின் சிறப்பைப் பற்றிச் சொல்லவந்த இலக்கண நூலாசிரியர் ஒருவர்,

"தெரிவரும் பெருமையும் திண்மையும் பொறையும்
பருவம் முயற்சி அளவிற் பயத்தலும்
மருவிய நன்னில மாண்புஆ கும்மே"

என்றார். இறைவனிடம் இந்த மாண்புகள் யாவும் பெரிய அளவில் இருக்கின்றன. நிலத்தின் அளவு தெரிவதற்கு அரியதுதான்; ஆனால் அதன் அளவையும் விஞ்ஞானிகள் ஒருவாறு தெரிந்து காட்டுகிறார்கள். இறைவனோ இன்னும் அளக்கப்படாதவனாகவே இருக்கிறான்.

நிலம் திண்மையுடையது. இறைவன் எதனாலும் சலன மின்றித் திண்ணிய பொருளாக இருப்பவன். அதனால் அவனுக்கு நிச்சலன் என்ற திருநாமம் வழங்குகிறது. பூமி பொறையிற் சிறந்தது என்பர். தன்னை அகழ்பவரையும் அது தாங்குகிறது. இறைவனுடைய பொறுமையை நோக்கினால் வேறு யாருடைய பொறுமையும் அதற்கு ஒப்பாகாது. அவன்,

கடவுள் இல்லையென்று சொல்வாரையும், கடவுளுக்குக் கண் இல்லை என்று இகழ்வாரையும் தாங்குகிறான். அவன் அளித்த உடம்பை வைத்துக்கொண்டு அவனை வணங்காமல் வாழும் மக்களையும் தாங்குகிறான். எத்தனைதான் தவறு இழைத்திருந்தாலும் தன்னிடம் உண்மையான அன்பு கொண்டு ஒருவன் சரண் புகுந்தால், அவன் செய்த தீங்குகளை மறந்து உடனே அவனை ஏற்றுக் கொள்கிறான். இவ்வளவு பொறையையும் உடைய அவனை ஞாலமே என்று சொல்வதுகூடப் போதாது. ஆனாலும் நமக்குத் தெரிந்த பொறையையுடைய பொருள்களுள் அது தான் சிறந்தது.

நிலம் தக்க பருவத்தில் மக்களின் முயற்சிக்கு ஏற்ற படி விளைபொருள்களைத் தருகின்றது. இறைவன் ஆருயிர்களின் இருவினை ஒப்பு முதலிய பக்குவங்களை அறிந்து அவர்கள் செய்யும் சாதனங்களுக்கு ஏற்பப் பயனைத் தருகிறான்.

பூமிக்கு வசுந்தரா என்பது ஒரு பெயர். தன் வயிற்றில் பொன் முதலிய அரும் பொருள்களை அது சுமந்து கொண்டிருக்கிறது. இறைவனும் தன்னிடம் இணையிலாச் செல்வமாகிய அருளை வைத்திருக்கிறான். பூமி தனக்கு அடியிலே மக்களுக்கு வேண்டிய நீரை உடையது. இறைவன் கருணை நீரை உடையவன். பூமி உணவையும் நீரையும் தந்து உடம்பை வளர்க்க உதவுகின்றது. இறைவன் போக போக்கியங்களைத் தந்து மக்களைக் காப்பாற்றுகிறான். எல்லாப் பொருளும் தோன்றித் தன்னுள்ளே மடிந்து போகும்படி விரிந்து நிற்கிறது நிலம். இறைவனும் எல்லா உயிர்களும் தோன்றி ஒடுங்குவதற்கு இடமாய் நிற்கிறான்.

பூமி தான் மற்றப் பொருள்களுக்கு ஆதாரமாக நிற்பினும் தனக்கு ஆதாரம் வேண்டாமல் இருக்கிறது. இறைவன் யாவருக்கும் ஆதாரமானவன்; தனக்கொரு சார்பு இன்றியே நிற்பவன்.

நிலமும் நீரும் வேறாகவும் நிற்கும்; ஒன்றுபட்டும் நிற்கும். சிவமும் அவனுடைய அருளாகிய சக்தியும் வேறாகவும்

நிற்பது உண்டு; ஒன்றுபட்டும் நிற்பது உண்டு. எந்த உலகத்தில் இருந்தாலும் நிலவுலகத்துக்கு வந்தால் தான் தவம் செய்து பிறவித் துன்பத்தினின்றும் மீளலாம்; யாரைப் பற்றினாலும் இறைவனைப் பற்றினால்தான் தவம் பலிக்கப் பிறவித் துன்பத்தினின்றும் நீங்கலாம்.

இவ்வாறு பலவாறு இறைவன் இயல்புகளையும் ஞாலத்தின் இயல்புகளையும் ஒப்பிட்டுச் சொல்லிக் கொண்டே போகலாம்.

ஞாலம் பெரிதுதான்; ஆனால் அதைக் காட்டிலும் பெரியது இல்லையா? உண்டு. ஞாலத்தையும் மற்ற அண்டங்களையும் கிரகங்களையும் கொண்டு அகன்று விளங்கும் வானம் இருக்கிறது. ஐம்பெரும் பூதங்களில் முதலில் தோன்றியது அது. மற்ற எல்லாப் பூதங்களையும் தன்னுள்ளே அடக்கியது அது. அதனால் அதை இரு விசும்பு, அகல் விசும்பு என்று சொல்வார்கள். அது விஞ்ஞானிகளாற்கூட அளக்க வொண்ணாதது.

"நிலன் ஏந்திய விசும்பும்... போல...
சூழ்ச்சியது அகலமும்"

(புறநானூறு, 2)

என்று விரிவுக்கு விசும்பைக் கூறுவது மரபு. இறைவனும் எல்லாப் பொருள்களையும் தன்னுள் அடக்கிக்கொண்டு அகன்று விரிந்தவன். தன் அகல நீளம் யாராலும் அறி யொணாதவன்.

ஆகவே ஞாலமே என்று சொன்னாற் போதாது என்று தோன்றியது அப்பருக்கு; மறுபடியும் ஞாலத்தினும் விரிந்த விசும்பாகச் சொல்கிறார்.

ஞாலமே! விசும்பே!

விசும்பு நுட்பமானது; எங்கும் வியாபித்திருப்பது. இறைவனும்

நுண்ணியன்; சர்வவியாபகன்; நீக்கமற எங்கும் நிறைந்திருப்பவன். விசும்பு உயர்ந்தது.

"வானினும் உயர்ந்தன்று"

என்று ஒருவர் அதை உயர்வுக்கு அளவு கோலாகச் சொல் கிறார். இறைவன் தன்னினும் உயர்ந்த பொருள் ஒன்று இன்றி உயர்ந்தவன்; 'உயர்வற உயர் நலம் உடையவன்.' இத்தனை வகையாலும் இன்னும் பிறவற்றாலும் இறை வனை விசும்பே என்று அழைப்பது சாலவும் பொருந்தும். கீழே நிலமும் இதனைச் சூழ விசும்பும் உள்ளன. இவற்றி னிடையே எல்லாம் அடங்கி நிற்கின்றன. இறைவன் இவ்விரண்டைப் போல இருப்பது மாத்திரமன்று இவ் விரண்டாகவும் நின்று தன்னுள் யாவற்றையும் அடக்கி வைத்திருக்கிறான்.

இப்படியே இறைவனுடைய பெருமை முதலியவற்றைச் சொல்லிக்கொண்டே போகலாம். அதற்கு முடிவே இராது. மக்களுக்கு எவை எவை சிறந்தன, எவை எவை அழகியன, எவை எவை தம் உள்ளத்திலே இன்பத்தையும் மதிப்பையும் புகுத்துவன, அவை யாவுமே இறைவனுடைய நினைப்பை உண்டாக்கும் பொருள்களாக, இறைவனுக்கு. உவமையாகச் சொல்லும் பொருள்களாக, கொள்ள வகை உண்டு. ஆனால் அவற்றை ஒவ்வொன்றாக எடுத்துச் சொல்லிக்கொண்டிருக்க முடியுமா?

அப்பர் சுவாமிகள் காலமே என்று தொடங்கினார்; ஞாலமே என்று தொடர்ந்து கூறினார். அவற்றுடன் அவருக்கு மன நிறைவு உண்டாகவில்லை. மேலும் மேலும் சொல்லிக்கொண்டே போகலாம் என்று தோன்றியது. எவ்வளவுதான் சொல்ல முடியும்?

ஆனால், இப்படிச் சொல்லத் தக்க பொருள்கள் எல்லாவற்றுக்கும் பொதுவான ஒன்றைச் சொல்லிவிட லாமா

என்று எண்ணினார். பெருமை, பொறுமை, உயர்வு, அகலம் முதலிய யாவுமே நல்லவை; பலவகை நலங்கள் அவை. அவற்றை உடைய பொருள்களைத் தனித்தனியே எடுத்துச் சொல்வதைவிட எல்லா நலங்களுமே இறைவன் தான் என்று சொல்லிவிட்டால் போதுமே. ஆகவே அவனை நலம் பல உடைய பொருள்களாகச் சொல்வதை விட அந்த நலமாகவே சொல்லிவிடலாம் என்று உள்ளங் கொண்டார் அப்பர்.

மலர்களை நெடுங்காலம் வைத்திருக்க இயலாமையின் அதன் மணத்தை அத்தராக்கித் தொகுத்து வைப்பது போலவும், இன்சுவைக் கனிகளின் சாற்றைப் பிழிந்து அதன் சாரத்தை விஞ்ஞான முறையில் சுருக்கி வைத்துக் கொள்வதுபோலவும் ஞாலமென்றும் விசும்பென்றும் இறைவனைச் சொல்லிக் கொண்டே போவதைவிட அப் பொருள்களுக்குச் சிறப்பைத் தருகிற எல்லா நலங்களும் நீயே என்று சொன்னார்.

ஆனால் அவருக்கு உடனே மற்றொரு நினைவு வந்து விட்டது. நலம் என்பது என்ன? ஒருவன் இனிப்பை விரும்பி அதை நலம் என்கிறான்; மற்றொருவன் புளிப்பை விரும்பி அதை நலம் என்கிறான். வெப்பம் ஒருவனுக்கு நலமாகிறது; தண்மை மற்றொருவனுக்கு நலமாகிறது. ஆகவே நலம் என்று வரையறையாக ஒன்றைச் சுட்ட இயலாது. அது கிடக்கட்டும். நலம் என்ற சொல் நலமல்லாததை விலக்குவது; நலம் அல்லது நன்மைக்கு எதிர் தீமை. நலமுள்ள பொருள்,தீமையுள்ள பொருள் என்று இரண்டு வகைகளை உலகத்தோர் காண்கிறார்கள். உண்மையில் எல்லாப் பொருள்களிலும் நன்மை, தீமை என்ற இரண்டும் கலந்தே உள்ளன. மலையின் பெருமை முதலியவை மனித னுக்கு மதிப்புடையனவாக இருந்தாலும், அதில் உள்ள கொடிய விலங்குகள் தீமையை விளைவிப்பன என்று கருதுகிறான்.

இறைவன் எங்கும் இருக்கிறான்; எல்லாமாகி இருக்கிறான். மலையாக இருக்கிறான்; அதில் உள்ள பெருமையும் அருவியும் மலரும் கனியும் மாத்திரம் அவன், மற்றவற்றில் அவன் இல்லை என்று சொல்ல இயலுமா? அதில் உள்ள வன

விலங்குகளாகவும் இருக்கிறான். ரோஜா மலரில் நமக்கு நலமுள்ளதாகத் தோன்றும் மலர் அவன்தான்; ஆயினும் நமக்குத் தீமை உள்ளதாகத் தோன்றும் முள்ளும் அவனே. பொய்கையில் நமக்கு நலத்தைத் தருவதாக எண்ணும் நீர் அவனே ; தீமையைத் தருவதாக நினைக் கும் சேறும் அவனே. நீரும் சேறும் சேர்ந்ததே பொய்கை. பொய்கை அவனுடைய உருவம் என்றால், அதில் உள்ள இரண்டும் அவன் என்று சொல்வதே முறை. எங்கும் நிறைந்தமையால் இறைவனுக்குப் பரிபூரணன் என்ற பெயர் அமைந்திருக்கிறது. 'மலரில் இருக்கிறான்; முள்ளில் இல்லை. நீரில் இருக்கிறான்; சேற்றில் இல்லை' என்று சொன்னால் அவனுடைய பூரணத்துவத்தில் - முழுமைத் தன்மையில் - குறைபாடு உண்டாகிறது. ஆகவே நாம் நல மென்றும் தீமை என்றும் நினைக்கின்ற இரண்டும் அவனே என்று சொல்வதுதான் அவன் முழுமைக்கு ஏற்றது.

அப்பர் முதலில் இறைவனை ‘நலமே' என்று விளிக்க எண்ணினவர், பிறகு தீமையும் அவன் என்ற எண்ணம். வரவே இரண்டையும் சேர்த்தே சொல்கிறார்.

நலம் தீமையே!

இவ்வாறு நன்மையும் தீமையும் அவனே என்ற எண் ணம் வந்தவர்களுக்கு நன்மையின்பால் விருப்பும், தீமையின்பால் வெறுப்பும் உண்டாவதில்லை. விருப்பு வெறுப் பற்ற இன்பநிலை அவர்களுக்கு உண்டாகிவிடும். ஞானசம் பந்தப் பெருமானும்,

"குற்றம்நீ குணங்கள்நீ கூடலால வாயிலாய்!"

என்று சொல்கிறார். அப்பர் சுவாமிகள் வேறு ஓரிடத்தில், "பெருநலமும் குற்றமும் பெண்ணும் ஆணும் ......ஆகி, நிமிர்புன் சடையடிகள் நின்ற வாறே" என்று பாடுகிறார்.

இடம், காலம் என்ற இரண்டும் எல்லை காணமுடியாதவை. மனிதன் இந்த இரண்டு எல்லைக்குள் இருக்கிறான்.

இடவெல்லையும் காலவெல்லையும் கடந்தவன் இறைவன். அவற்றுக்குள் அடங்கியவை உயிர்கள். காலமாகிய எல்லை யாகவும் இடமாகிய எல்லையாகவும் இறைவன் இருக்கிறான். இடத்தின் பகுதிகளாகிய ஞாலமும் விசும்பும் அவன் என்றார்; அவை இரண்டுமாக நிற்கும் இறைவன் கால மாகவும் விளங்குகிறான்.

ஞால மே! விசும் பே! நலம் தீமையே!
காலமே!

நுட்பமாகிய பொருள்களும் அவனே. புலன் நுகர்ச்சிக்கு உட்பட்ட பொருள்களைக் காட்சிப் பொருளென்றும், பிறவற்றைக் கருத்துப் பொருளென்றும் வகைப்படுத் துவர். கருத்தால் உணரும் நுண்பொருள்களும் இறைவனுடைய உருவங்களே. அந்தக் கருத்தே அவனுடைய உருவம். அந்தக் கருத்திலே தோன்றும் அன்பு முதலியவை யும் அவனே. கடல் வேறு, அதில் தோன்றிய அலை வேறு என்று சொல்வது ஒரு வகை ; இரண்டும் ஒன்றே என்று சொல்வது ஒருவகை. கடல் என்றால் அலையும் அடங்கும்; அலை என்றால் கடல் அடங்காது.

அவ்வாறே, கருத்து என்றால் மட்டும் போதாது என் றெண்ணிய அப்பர், அதில் எழும் நினைவுகளும் அவன் என்று சொல்ல வந்தார்; அந்த நினைவு செயலாகப் பரிண மிக்கும்போது அச்செயலும் அவன்தான் என்ற நினைப்புத் தோன்றியது.

இறைவனிடம் அன்பு உண்டாக வேண்டுமானால் அவன் நம் உள்ளத்தே இருந்து அருள் செய்தால்தான் அந்த அன்பு உண்டாகும்.

"அவன் அரு ளாலே அவன்தாள் வணங்கி"

என்று மாணிக்கவாசகர் சொல்கிறார். கருத்துள் இறைவன் இருந்து அதனைத் தன் மயமாக்கிவிட்டால் அதில் எழும் நினைவுகள் அவன் மயமாகவே இருக்கும். அந்த நினைவு

களால் விளையும் செயல்களும் அவன் மயமாக இருக்கும். கருத்தும் அதன் கண்ணே தோன்றும் நினைவுகளும் அந்த நினைவுகளின் விளைவாக உன்னைத் தொழும் சிறந்த ஒழுக்க மும் நீதான்' என்று அப்பர் கூறுகிறார்.

காலமே! கருத் தே! கருத் தால்தொழும்
சீலமே !

ஞாலமாகவும், விசும்பாகவும், நலமாகவும், தீமையாகவும், காலமாகவும், கருத்தாகவும், கருத்திலே எழும் நினைவு களாகவும், அந்நினைவுகள் காரணமாக எழுந்த தொழுகை யாகவும் உள்ள இறைவனை அந்த நிலைகளில் யாவரும் உணர இயலாது. அறிவிலும் அன்பிலும் சிறந்தவர்களே அவன் எங்குமாய் இருப்பவன். எல்லாமாயும் இருப்பவன் என்பதைத் தெளிவார்கள். மற்றவர்களும் அன்பு செய்யும் வண்ணம் இறைவன் அருள்பாலித்திருக்கிறான். திருத்தலங் களில் அழகிய கோலங்களோடு எழுந்தருளியிருக்கிறான். அளவிட முடியாதவனும், நுட்பமானவனுமாகிய இறைவனே பல கோலங்களோடு திருத்தலங்களில் கோயில் கொண்டிருக்கிறான். திருவீழிமிழலை என்பது அத்தகைய தலங்களில் ஒன்று. சோழநாட்டில் உள்ளது. அங்கே இறைவன் மணவாளத் திருக்கோலம் கொண்டு, காண்பதற்கு அழகியவனாக எழுந்தருளியிருக்கிறான்.

அப்பர் அங்கே சென்று இறைவனைத் தரிசித்தார். "அடியேனை நினைவில் வைத்தருள வேண்டும்" என்று பிரார்த்தித்தார்.

திரு வீழி மிழலையுள்
கோல மேஅடி யேனைக் குறிக்கொள் நீ.

திருவீழிமிழலையில் மணவாளத் திருக் கோலங் கொண்ட இறைவனைத் தரிசித்தபோது அப்பர், "இறைவன் ஒரு கோயிற்குள்ளே அடங்கிய உருவமுடையவனாகத் தோன்றுகிறானே! இது நம்மைப் போன்றவர்களிடம் வைத்த கருணையினால் வந்த நிலை அல்லவா?' என்று வியந்தார்.

அவன் எல்லைக்குள் அடங்காதவன் என்ற நினைவு வந்தது. நுட்பமானவன் என்பதையும் நினைத்துக் கொண்டார், இத்தகைய நினைவுகளெல்லாம் சேர்ந்து இந்தப் பாடலைப் பாடும்படிச் செய்தன.

ஞால மே! விசும் பே! நலம் தீமையே!
கால மே! கருத் தே! கருத் தால்தொழும்
சீல மே! திரு வீழி மிழலையுள்
கோல மே! அடி யேனைக் குறிக்கொள் நீ.

(பூமியாக இருப்பவனே! வானமே! நன்மையும் தீமையுமாக இருப்பவனே! காலமாகி நிற்பவனே! கருதும் உள்ளமாக இருப்பவனே! அதன்கண் தோன்றும் நினைவினால் தொழுகின்ற ஒழுக்கமாக இருப்பவனே! திருவீழிமிழலையுள் திருவுருவங்கொண்டு விளங்குபவனே! நீ அடியேனைத் திருவுள்ளத்திலே கொண்டருள வேண்டும்.

ஞாலம்-பூமி. விசும்பு - ஆகாயம். நலம் - நன்மை. கருத்து: இங்கே உள்ளம். கருத்தால் - நினைவினால். சீலம் - ஒழுக்கம்; செயல். கோலம்-உருவம். குறிக்கொள்-திருவுள்ளத்தில் நினைத்துக்கொள்; என்னை மறவாமல், இவன் நம் அருளுக்காக ஏங்கி நிற்கிறவன் என்று நினைத்துக் கொள்ள வேண்டுகிறேன் என்றபடி.)

இந்தத் திருப்பாட்டோடு,

"மேலை வானவ ரும்அறி யாததோர்
கோல மே! எனை ஆட்கொண்ட கூத்தனே!
ஞால மேவிசும் பேஅவை வந்துபோம்
காலமே! உனை என்றுகொல் காண்பதே ?"

என்ற திருவாசகப் பாடல் ஒப்புநோக்குவதற்கு உரியது.

"ஞாலமே விசும்பே" என்ற அப்பர் திருப்பாசுரம் ஐந்தாம் திருமுறையில் பதின்மூன்றாம் பதிகத்தில் மூன்றாம் பாடலாக அமைந்திருக்கிறது.

இனியன்

பூம்பொழில் நிரம்பிய ஊர் அது. எங்கே பார்த்தாலும் மரங்கள். மலர் மரங்கள் மாத்திரம் அல்ல ; திருவள்ளுவர் சொல்லுகிறாரே, அந்தப் 'பயன் மரங்கள்' மிகுதியாக இருக்கின்றன; கனி வளர் மரங்கள் அவை. அந்த ஊரில் உள்ளவர்களின் வீட்டுக்குப் போனால் விருந்தினர்களைப் பழங் கொடுத்து உபசரிப்பார்கள்.

அயல் ஊரார் ஒருவர் அங்கே வந்து தம் உறவினர் ஒருவர் வீட்டில் தங்கினார். பிறகு விடை பெற்றுக் கொண்டு தம் ஊருக்குச் செல்லப் புறப்பட்டார். அப்போது உள்ளூர்க்காரர் ஒரு தாறு வாழைப் பழமும், நூறு மாம் பழமும், பலாப்பழம் ஒன்றும் கொடுத்தனுப்பினார். "இந்த மாம்பழம் மிகவும் உயர்ந்த சாதிப் பழம். அதிக இனிமை உடையவை. குழந்தைகளுக்குக் கொண்டு போய்க் கொடுங்கள்'' என்று சொல்லி அனுப்பினார். அவர் அன்புடையவர்; இனியவர். அவருக்குக் கிடைத்த பொருள்களிலே மிகவும் இனிய பொருள்கள் அவர் தோட்டத்தில் பழுத்த பழங்கள். "கனியே, கனிரசமே!" என்று பாராட்டுகிறவர்கள் எல்லோருக்குமே கனிகளின் இனிமை தெரியாது. ஆனால் தம் உறவினருக்குப் பழங்களைக் கொடுத்து அனுப்பினாரே, அவருக்கு நன்றாகத் தெரியும்.

வேறு ஓர் ஊர். அங்கே நன்செய் அதிகம். நீர்வளம் நிரம்ப உடைய ஊர்; ஆதலால் எங்கே பார்த்தாலும் நெல்லும் கரும்பும் பயிர் செய்தார்கள். நெல்லைவிடக் கரும்பு பணம் தரும் பண்டம்; அருமைப் பண்டம்; இனிமையையுடைய பொருள்.

பழத் தோட்டம் நிறைந்த ஊருக்குப் போன அன்பர். இந்த ஊருக்கும் வந்தார். இங்கும் அவருக்கு உறவினர் இருந்தார். அந்த உறவினர் நல்ல பணக்காரர்; பெருநிலக் கிழவர். அங்கே ஒரு வாரம் தங்கி இருந்தார். அவரை உறவினராகிய செல்வர் நெடுக அழைத்துக் கொண்டு போனார். அறுவடைக்கு ஏற்ற நிலையில் கதிர் முற்றி யிருக்கும் நெல் வயல்களைக் காட்டினார். கரும்புத் தோட்டத் துக்கு அழைத்துச் சென்றார். பல காணிகளில் கரும்பைப் பயிர் செய்திருந்தார் அச்செல்வர். உயர்ந்தவகைக் கரும்பை இனம் பிரித்துத் தனித் தனியே பயிர் பண்ணியிருந்தார். அவற்றின் சிறப்பை விருந்தினருக்கு அவர் எடுத் துரைத்தார்.

அருகில் ஆலையும் போட்டிருந்தார். கரும்பைப் பிழிந்து சாறு எடுக்கும் ஆலை இருந்தது. அந்தச் சாற்றைக் காய்ச்சி வெல்லமாக்கினார்கள்; சர்க்கரை ஆக்கினார்கள்; கற்கண்டு செய்தார்கள். அதோ உள்ளனவே, அந்தக் கரும்புகள் வெல்லம் காய்ச்சப் பயன்படுபவை. இதோ இருக்கின்றனவே, இவை பின்னும் இனிமை யானவை; உயர்ந்த வகை. இவை சர்க்கரை செய்யத் தகுதி யானவை. இதோ இந்தப் பகுதியில் உள்ளவை மிகமிக உயர்ந்த சாதிக் கரும்பு. இதிலிருந்துதான் கற்கண்டு உற்பத்தி செய்கிறோம்" என்று செல்வர் விளக்கினார்.

"இந்தக் கரும்புதான் எல்லாவற்றினும் சிறந்ததோ?" என்று உறவினர் கேட்டார்.

"ஆமாம்" என்றார் செல்வர்.

"பழங்களை விட இதற்கு இனிமை அதிகமோ?' என்று மறுபடியும் விருந்தாளி கேட்டார்.

செல்வர் சிரித்தார்; "என்ன அப்படிக் கேட்கிறீர்கள்? பழம் இனியதுதான். பழத்தில் உள்ள சாறு இனியது. அதில் இனிமை இருக்கிறது. ஆனால் கருப்பஞ்சாறோ இனிமையன்றி வேறு இல்லாதது. இனிமையின் திரவ உருவம் கருப்பஞ்சாறு. அதன் கட்டி உருவம் கற்கண்டு" என்றார்.

"ஓ, இப்போது தெரிகிறது. கனிதான் இனியது என்று நினைத்தேன்; அதனினும் இனியது கரும்பு; அந்தக் கரும்பிலும் இனியது, கற்கண்டை உற்பத்தி செய்வதற்கு ஏற்ற கரும்பு."

"அதைத்தான் கட்டிக் கரும்பு என்று சொல்வது வழக்கம்."

"அப்படியா? கனியே, கனிரசமே, கட்டிக் கரும்பே என்று பாராட்டுவதற்கு இப்போதுதான் பொருள் தெரிந்தது."

கரும்புத் தோட்டத்தின் சொந்தக்காரரர் கட்டிக் கரும்புச் சாற்றையும் கொண்டுவந்து குடிக்கச் சொல்லிக் கொடுத்தார்.

"நன்றாக இருக்கிறது; இனிமையாக இருக்கிறது" என்று அதன் சுவையைச் சுவைத்துக் கொண்டே அதைக் குடித்தார் விருந்தினர்.

கனியும் கட்டிபட்ட கரும்பும் நாவுக்கு இனிய பொருள்கள். இனிமை என்று சொன்னவுடனே எல்லோருக்கும் நாவுக்கு இனிய பொருள்தான் நினைவுக்கு வருகிறது. மற்றப் புலன் நுகர்ச்சிகளைவிடச் சுவையுணரும் தன்மைதான் மனிதனை அதிகமாகப் பற்றிக் கொண்டிருக் கிறது. அதனால் பொறிகளின் வாயிலாக அநுபவிக்கும் இன்பங்களில் அதையே மற்றவற்றிற்கும் உவமையாக எடுத்துச் சொல்லும் வழக்கம் அமைந்திருக்கிறது.

ஒரு பொறிக்கு இன்பம் தருவதைக் காட்டிலும் ஐம்புலன்களுக்கும் இன்பம் தரும் பொருள் ஒன்று இருந் தால் அது இனியவற்றுள் இனிய பொருள் என்று மக்கள் நாடுவார்கள்.

"கண்டுகேட் டுண்டுயிர்த் துற்றறியும் ஐம்புலனும் ஒண்டொடி கண்ணே உள"

என்பது திருக்குறள். ஐம்புலன்களுக்கும் இன்பம் தருவார் மங்கைமார். கனியினும் கட்டிபட்ட கரும்பினும் காதல் மங்கையர் மிக மிக இனியர்.

இனிய பொருள்களையெல்லாம் பெற்று வாழப் பொருள் வேண்டும். பொருளால் உயர்ந்தவர்கள் செல்வர் களேனும், ஆணையும் செல்வமும் ஒருங்கே உடைய அரசர்கள் அவர்களினும் உயர்ந்தவர்கள். அவர்கள் எதை நினைத்தாலும் பெற்று இன்புறலாம். சிறந்த இன்ப வாழ்வுக்குத் தலையளவு அரச போகம். ராஜபோகம் என்று சொல்வது வழக்கு. ஆதலின் ஒருவனுக்கு அரசுரிமை கிடைத்தால் எல்லா வகை இன்பங்களையும் பெறலாம்.

ஆதலால் கனியையும் கரும்பையும் மங்கையரையும் தனித் தனியே தேடிச் செல்வதைவிட அரசுரிமை கிடைத்து விட்டால் இருந்த இடத்திலிருந்தே எல்லா வகை இன்பப் பொருள்களையும் தன்பால் வரும்படி செய்து நுகரலாம்.

இப்படி அமைந்த பொருளும் பதவியும் ஆகிய எல்லாம் புலனுக்கு உரிய இன்பத்தைத் தருவன. இறைவனுடைய அருளிலே ஆழ்ந்து இன்புறும் தொண்டர் ஒருவரை நாடிக் கேட்டுப் பாருங்கள். அவருக்கு இனிய பொருள் இன்ன தென்று சொல்வார். புலனுக்குரிய இன்பந் தருவதற்கு மேற்பட்டது அறிவுக்கு இன்பம் தரும் பொருள். அதனினும் மேம்பட்டது உயிருக்கு இன்பம் தருவது. இறைவன் உயிருக்கே இன்பம் தருபவன். உயிரிலே கலந்து கனியாக இனிப்பவன்; கரும்பாக இனிப்பவன்; அவற்றைக் காட்டிலும் மிகுதியாக இனிப்பவன்.

கனியினும் கட்டி பட்ட கரும்பினும்
பனிம லர்க்குழற் பாவைநல் லாரினும்
தனிமு டிகவித்து ஆளும் அரசினும்
இனியன் தன்னடைந் தார்க்கு இடை மருதனே.

(பழங்களைக் காட்டிலும், கற்கண்டை உற்பத்தி செய்ய உதவும் கரும்பைக் காட்டிலும், குளிர்ச்சியையுடைய மலரை

அணிந்த கூந்தலையுடைய பாவையைப் போன்ற மங்கையரைக் காட்டிலும், பிறருக்கு நிலம் பொதுவின்றித் தான் ஒருவனே அரசனாக இருந்து முடிசூடி ஆட்சிபுரியும் அரச பதவியைக்காட்டி லும் தன்னை அடைந்த அன்பர்களுக்குத் திருவிடைமருதூரிலே எழுந்தருளியிருக்கும் இறைவன் இனிமையை உடையவனாக இருக்கிறான்.

கட்டிப்பட்ட - கற்கண்டு உண்டான. பனி - குளிர்ச்சி. நல்லார்- மகளிர். தனிமுடி- ஏக சக்கராதிபதியாகச் சூடும் முடி. தன் அடைந்தார்க்கு - தன்னை அடைந்தவர்களுக்கு.)

இறைவனுடைய திருவருளை உணர்கிறவரையில் உலகத்துப் பொருள்கள் எல்லாம் இனியவையாகத் தோன்றும். அவன் திருவருளால் இன்பம் பெற்ற பிறகோ, அவை இனிப்பதில்லை.

**"பெரும்பைம் புனத்தினுள் சிற்றேனல் காக்கின்ற
பேதைகொங்கை
விரும்பும் குமரனை மெய்யன்பி னால்மெல்ல
மெல்லஉள்ள
அரும்பும் தனிப்பர மானந்தம் தித்தித்
தறிந்த அன்றே
கரும்பும் துவர்த்துச்செந் தேனும் புளித்தறக்
கைத்ததுவே"**

என்று அந்த நிலையிலிருந்து பாடுகிறார் அருணகிரியார்.

மேலே சொன்ன "கனியினும்" என்ற பாசுரம் ஐந்தாந் திருமுறையில் 14-ஆம் பதிகத்தில் வரும் பத்தாவது பாடல்.

தெய்வக் குடும்பம்

திருக்கடம்பூர் என்ற தலத்துக்கு எழுந்தருளினார் அப்பர் சுவாமிகள். சிவலிங்கப் பெருமானைத் தரிசித்தார். உற்சவ மூர்த்திகளைத் தரிசிக்க வந்தார். சந்திர சேகரர், நடராஜர் ஆகிய மூர்த்திகளைத் தரிசனம் செய்தார். சோமாஸ்கந்த மூர்த்தியை அணுகினார். அருகிலே உமா தேவியார் வீற்றிருக்க, தனக்கும் அத் தேவியாருக்கும் இடையிலே சின்னஞ் சிறு குழந்தை முருகன் எழுந்தருளியிருக்க, அமர்ந்திருந்தான் இறைவன். உமையும் கந்தனும் ஒருங்கிருக்கும் இந்தக் கோலத்தைச் சோமாஸ் கந்தர் என்று பாராட்டுவர். (ஸ: உமா ஸ்கந்த:) இவ்வழகிய திருக்கோலத்திலே சிந்தையைப் பறி கொடுத்து நின்றார் அப்பர். இறைவன் அப்பனாகியும் அம்மையாகியும் பிள்ளை யாகியும் இருந்து அருள்புரியு ஆருயிர்களுக்கு வண்ணத்தை நினைந்து நினைந்து உருகினார்.

உலகத்து மக்கள் மனைவியை மணந்து பிள்ளைகளைப் பெற்று வாழ்கிறார்கள். உலகம் என்பது உயிர்க் கூட்டம். உயிர்கள் உடம்போடு உலவுகின்றன. எல்லாப் பிராணிகளும் மக்களோடும் மனைவிகளோடும் வாழ்கின்றன. மனைவி இல்லையேல் மக்கள் இல்லை. மக்கள் இல்லையேல் உலகம் தொடர்ந்து நிகழாது; இனப் பெருக்கம் இல்லை ஆதலின் மனிதன் தனியாக வாழாமல் மனைவியோடு வாழ்கிறான்; பிறகு மகனைப் பெறுகிறான். கணவன், மனைவி, பிள்ளை என்ற மூவரும் சேரும் போது குடும்பம் முழுமையை அடைகிறது; உலகம் வழி வழி நின்று இயங்கும் என்ற நம்பிக்கையை உண்டாக்குகிறது.

இப்படி அமையும் குடும்பத்தின் உருவத்துக்குக் கருவாக இருப்பது இறைவனுடைய திருவருள். மனிதன்

மனைவியோடு இணைந்து இன்புற்று மக்களைப் பெற்று வாழும் வகையை இறைவனே உலகத்தினருக்கு வகுத் தருளினான். இந்தக் குடும்ப வாழ்க்கையை அவன் அமைத் துத் தராவிட்டால் உலக வாழ்வில் இன்பம் இல்லை ; உலகம் தொடர்ந்து நிகழ்வதும் இல்லையாகிவிடும்.

மனிதக் குடும்பத்துக்குத் தானே மூலக் கருவை அருளியவன் என்பதை இறைவனும் குடும்பியைப் போல இருந்து காட்டுகிறான். தானும் மனைவியையும் மகனையும் உடையவனாகத் திருக்கோலம் கொண்டு எழுந்தருளியிருக் கிறான்.

ஒருவன் பிரமசாரியாக இருந்து மக்களுக்குரிய தொண்டுகளைச் செய்கிறான். அவன் திருமணம் செய்து கொண்டால், அவனுடைய மனைவியும் அவன் செய்யும் தொண்டிலே ஈடுபடுவாள். இதனால் அவர்கள் செய்யும் தொண்டு பெருகும்; முன்பைவிட இப்போது அத் தொண்டினாற் பயன் பெறுபவர் பலராவார். பிறகு அவர்களுக்கு ஒரு மகன் பிறந்தால் அவர்கள் தொண்டு பின்னும் பெருகும்.

இறைவன் தனி நின்றபோது இயக்கமின்றி இருப்பான். அவனிடத்து அருள் வெளிப்பட்ட போது மாதிருக்கும் பாதியனாவான். அருள் நன்கு வெளிப்படுவதைக் காட்டுவது உமாபாகனாக இருக்கும் நிலை. அவ்வருள் பின்னும் மலர்ந்து முழுவிரிவோடு நிற்பதே சோமாஸ்கந்தருடைய திருக்கோலம். நம்முடைய குடும்பம் மருட் குடும்பம். இதை அன்புக் குடும்பமாக மாற்ற வேண்டும். இறைவனுடைய குடும்பம் அருட் குடும்பம். அவன் குடும்பியாக இருப்பதனால்தான் உலகம் பிழைக்கிறது. நம் குடும்பம் வளர அவன் குடும்பியாக இருக்கிறான். தன்னைச் சார்ந்தவர்களைக் காப்பாற்ற வேண்டிக் குடும்பத்தை அமைத்துக் கொண்டு வாழ்கிற தலைவனைப் போன்றவன் அவன்.

அம்மையும் அப்பனும் குமரனுமாக எழுந்தருளிய இந்தத் தெய்வக் குடும்பத்தைக் கண்டார் அப்பர். மூவர் என்று தனித்தனியே பார்க்கும்படி தோன்றினாலும், மூவரும் ஒன்றின் கவடுகளே ; மூவரும் ஒருவரே. ஆதலின் மூவரையும் ஒன்றாக வைத்துச் சோமாஸ்கந்தர் என்று வழங்குவது மரபு. அப்பர் சுவாமிகள் தமிழர் தம்முடைய தெய்வம் என்று போற்றுகின்ற முருகனைக் கண்டார். கடம்ப மாலையை அணிந்து விளங்கும் அப் பெருமானை, "இதோ நம் கடம்பன்" என்று அன்பு கூரக் கும்பிட்டார்.

கடம்பணியும் முருகனுக்கு அருகிலே அவனைப் பெற்றவள் வீற்றிருந்தாள். இறைவனுடைய அருளுருவாகிய அப் பெருமாட்டியை, "இதோ நம் கடம்பனைப் பெற்றவள்" என்று கும்பிட்டார். பிறகு அருகில் அமர்ந்த இறைவனைப் பார்த்தார். தேவியோடும் குமரனோடும் குடும்பியாக அருள் மலர்ந்து காய்த்துக் கனிந்த உருவத்தில் எழுந்தருளியிருக்கும் அப்பனைக் கண்டு, "இதோ நம் கடம்பனைப் பெற்றவள் பங்கினன்" என்று கும்பிட்டார். இது கடம்பூர் என்ற தலத்தில் நிகழ்ந்தது. அந்தத் தலத்துக் கோயில் கரக்கோயில் என வழங்கும். கடம்பூரைக் கடம்பை என்றும் சொல்வ துண்டு. தாம் கண்ட காட்சியைச் சொல்லலானார் அப்பர்.

நம் கடம்பனைப் பெற்றவள் பங்கினன்
தென்க டம்பைத் திருக்கரக் கோயிலான்.

இவ்வாறு தானும் ஒரு குடும்பி போல இறைவன் தோற்றுவானேன்? அவன் இன்பமும் உண்மையும் ஞானமும் ஒன்றாக இணைந்த சச்சிதானந்த மூர்த்தி. அவன் தன் அருளைச் சத்தியாக வெளிப்படுத்தினான்; அருளின் முழுக் கனிவை முருகனாக வெளிப்படுத்தினான். அவன் வேறு, அவள் வேறு, முருகன் வேறு என்று தோன்றினாலும் மூவரும் ஒருவரே. இப்படி யெல்லாம் கோலம் பூண்டு இறைவன் திருவிளையாடல் செய்வதற்குக் காரணம் ஆருயிர்களுக்குக் கருணை பாலிக்க வேண்டும் என்பதுதான். உலகை யெல்லாம் தாங்கும் பொருட்டுக் குடும்பியாக இருக்கிறான். உலக

முழுவதுமே பெரிய குடும்பம். இந்தக் குடும்பத்துக்கு அவன் தலைவன். அவன் தேவி தலைவி. அவன் குழந்தை இளவரசன். மூவரும் காப்பதனால் உலகம் வாழ்கிறது. உலகத்தில் உள்ள ஆருயிர்களைக் காப்பாற்று வதைத் தன் கடமையாகப் பூண்டவன் இறைவன். அதைத் தெரிவிக்கவே அப்பனும் அம்மையும் பிள்ளையுமாய் எழுந் தருளியிருக்கிறான். இந்த நினைவு திருநாவுக்கரசருக்கு உண்டாயிற்று.

தன்க டன் அடி யேனையும் தாங்குதல்

என்று பாடினார். 'ஒன்றுக்கும் பற்றாத என்னையும் தன் அருளினால் பாலிப்பதைக் கடமையாக ஏற்றுக் கொண்ட பெருமான் அவன்' என்று நினைந்து உருகினார்.

அவனுக்கு நம்மைக் காப்பது கடமையானால் நமக்கு ஒரு கடமையும் இல்லையா? அவனுக்கு நாம் துணை செய்யலாம். ஆனால் நம் துணையினால் அவனுக்கு ஆவது ஒன்றும் இல்லை. சிற்றறிவும் சிறு செயலும் உடைய நம் துணை அவனுக்கு எம்மாத்திரம்!

அவனுக்கும் அவனுடைய குழந்தைகளாகிய ஆருயிர் களுக்கும் வேண்டிய தொண்டுகளைச் செய்து விட்டு, நான் செய்தேன் என்ற அகங்கார முனைப்பு இன்றி அவன் அருளிலே கரைந்து கிடப்பதுதான் நாம் செய்ய வேண்டிய கடமை.

என்க டன்பணி செய்து கிடப்பதே.

இறைவன் பல திருக்கோலங்களைக் காட்டி, 'எப்படி யாவது இவன் உய்யமாட்டானா? என்று மனிதனைப் பார்த்து ஏங்குகிறான். எல்லாரையும் தாங்கும் பொறுப்பை அவன் ஏற்றுக் கொண்டிருக்கிறான். ஆதலால், 'நாம் எப்படி வாழ்வோம்! ஏது செய்வோம்!' என்று கவலைப்பட வேண்டிய அவசியமே இல்லை; 'நம்மைக் காப்பது அவன் தலைச்சுமை. நாம் தொண்டுகளைச் செய்து கொண்டு பொறுப்பு ஏதும்

இன்றிக் கவலையும் இன்றி அவன் ஆட்டும்படி யெல்லாம் ஆடி நம்முடைய செயல் என்ற ஒன்றும் இன்றிக் கிடப்பதுதான் முறை' என்கிறார் அப்பர். அதுதான் கர்மயோகம்; அதுதான் ஜீவ போதம் அழிவதற்கு உரிய வழி; அதுதான் உலகம் வாழத் தொண்டு ஆற்றும் நெறி.

நம்க டம்பனைப் பெற்றவள் பங்கினன்
தென்க டம்பைத் திருக்கரக் கோயிலான்;
தன்க டன்அடி யேனையும் தாங்குதல்
என்க டன்பணி செய்து கிடப்பதே.

(நம்முடைய கடம்ப மாலையை யணிந்த முருகனைப் பெற்ற உமா தேவியாரைத் தன் பங்கிலே கொண்டவன், தென்னாட்டிலே உள்ள திருக்கடம்பூர்க் கரக்கோயிலில் எழுந்தருளியிருக்கும் பெரு மான்; அவனுடைய கடமை அன்பிற் சிறந்தார்களைப் பாதுகாப்ப தோடு ஒன்றுக்கும் பற்றாத அடியேனையும் பாதுகாத்தல்; என் கடமை அவனுக்கு ஆகும் பணிகளைச் செய்து முனைப்பின்றிக் கிடப்பதே.

பங்கினனும் கோயிலானுமாகிய இறைவனுடைய கடன் என் றும் கூட்டலாம். கடம்பன் - முருகன். கடம்பை - கடம்பூர். கடன் - கடமை. தாங்குதல்- காப்பாற்றுதல்.)

'அவனுக்கு உகந்த பெரியவர்களைத்தான் பாதுகாப்பான் ; நம்மளவும் அவனுடைய அருள் பாயாது' என்று நம்பிக்கை இழந்து நிற்பார் சிலர். அவரை நோக்கிக் கூறுவார் போன்று, "ஒரு தகுதியும் இல்லாத அடி என்று யேனையும் தாங்குவான்" சொன்னார். பணி செய்தால், அவன் செய்தது போல் நானும் ஒன்று செய்தேன் என்ற நினைப்பு வரவும் இடம் உண்டு. ஆதலால், பணியைச் செய்து, அவற்றை நான் செய்தேன் என்ற நினைப்பும் இன்றி, அவன் அருளிலே கரைந்து ஜீவபோதம் இழந்து நிற்றலையே கிடத்தல் என்று குறிப்பிட்டார். நம் மாழ்வார், "சின்னது வயிற்றில் சிறியது பிறந்தால் எத் தைத் தின்று எங்கே கிடக்கும் ?" என்ற கேள்விக்கு, 'அத்தைத் தின்று

அங்கே கிடக்கும்" என்று விடையிறுத் தாராம். இது இங்கே நினைவு கூர்தற்குரியது.

இத் திருப் பாட்டு, பத்தொன்பதாம் பதிகத்தின் ஒம்பதாம் பாட்டு.

இருவகைக் கணக்கு

செல்வர் ஒருவர் ஏழைகளுக்கு ஏதாவது வேலை கொடுத்து அதற்கு ஏற்ற கூலியை வழங்கலாம் என்று எண்ணினார். எல்லோரும் எளிதிலே செய்யக்கூடிய வேலை என்னவென்று ஆராய்ந்தார். நூல் நூற்கும் வேலையில் யாவரையும் ஈடுபடுத்தலாம் என்று திட்டமிட்டு நிறையப் பஞ்சு வாங்கினார். ராட்டினம்,பஞ்சு அரைக்கும் மணை எல்லாம் வாங்கினார். ஏழைகளில் ஒவ்வொருவருக்கும் ஒவ்வொரு ராட்டினம் கொடுத்துப் பஞ்சும் கொடுத்து வாரத்துக்கு ஒருமுறை அவர்கள் நூற்ற நூலைக் கொண்டு வந்து கொடுக்கச் சொன்னார். நூற்ற நூலுக்கு ஏற்ற கூலியை வழங்கினார். பஞ்சு கொடுத்து வாங்கிக் கூலியைக் கணக்குப் பண்ணிக் கொடுக்க ஒரு கணக்கப்பிள்ளையையும் வைத்தார்.

ஏழைகள் தாம் நூற்ற நூலை வாரந்தோறும் கொடுத்து வந்தார்கள். ஆனால் ராட்டினம் வாங்கிக் கொண்டவர்கள் எல்லாரும் நூற்கவில்லை. அவர்கள் வீட்டு வழியே போய்ப் பார்த்தால் அவர்கள் என்ன செய்கிறார்கள் என்று தெரியும். சிலர் தங்கள் பொழுதை வீண் போக்காமல் வாங்கின பஞ்சை அரைத்துக் கொட்டை எடுத்து வில்லால் அடித்துப் பின்பு பட்டை போட்டு நூற்றார்கள். சோம்பல் இல்லாமல் ராட்டினத்துக்கும் தமக்கும் வேலை கொடுத்துக் கொண்டே இருந்தார்கள். அதனால் அவர்களுடைய கணக்கிலே கூலிப் பணம் ஏறிக்கொண்டே வந்தது.

ஆனால் வேறு ஒரு சாராரோ ராட்டினத்தை வாங்கிச் சென்றதுதான். வாங்கின பஞ்சைக் காற்றிலே பறக்க விட்டார்கள். வீணே அரட்டையடித்துப் பொழுது போக்கினார்கள். அவர்களுக்குத் தந்த ராட்டினத்தை அவர்கள் அந்த புறக்கணித்து மூலையிலே போட்டு விட்டார்கள். ராட்டினத்தின்மேல் சிலந்தி நூல் நூற்று வலை பின்னியது.

செல்வர் வீட்டில் ஒவ்வொரு நாளும் கணக்கு எழுதி வந்தான் கணக்கப்பிள்ளை. யார் அதிகமாக நூற்றார்களோ அவர்களைப் பற்றி அவன் தன் எசமானரிடம் சொல்லி வந்தான். பலர் வாங்கிக் கொடுத்த ராட்டினத்தை கொண்டு வீணே பொழுது போக்குவதையும் சொன்னான். எசமானருக்கு அந்த ஏழைகளின் சோம்பல் குணத்தைக் கேட்டுக் கோபம் வந்தது. 'அவர்களுக்கு ராட்டினம் கொடுத்தது பிசகு. மண் வெட்டியைக் கொடுத்து, கூட இருந்து வேலை வாங்க வேண்டும்' என்று எண்ணி அப் படியே ஏற்பாடு செய்தார்.

நூல் நூற்கிறவர்கள், சும்மா இருக்கிறவர்கள் என்ற இரண்டு வகையானவர்களுடைய கணக்கும் அந்தச் செல்வரிடம் இருந்தன. அந்தக் கணக்கை அவர் எழுதச் செய்தார். அவரவர்கள் நூலைக் கொடுத்தால், அவரவர்கள் கணக்கிலே அதன் அளவு தானே பதிவு ஆகிவிடும். அப்படி ஒரு கருவியை வைத்திருந்தார். எப்படியோ, வேலை செய்பவர்களுடைய கணக்கும், சோம்பேறிகளுடைய கணக்கும் அவரிடம் அகப்பட்டிருந்தன.

இறைவன் கைகால் முதலியவற்றோடு கூடிய இந்த உடம்பை நமக்குத் தந்திருக்கிறான். தன்னைத் தொழுது அன்பாகிய செல்வத்தை ஈட்டிக்கொள்ள வேண்டுமென்று தநு,கரணம், புவனம், போகம் ஆகியவற்றை நல்கியிருக்கிறான். அவன் அளித்த கொடை பட்சபாதம் இல்லாதது. எல்லாருக்கும் வழங்கி யிருக்கிறான். ஆனால் அவற்றைப் பெற்றுக் கொண்டவர்கள் எல்லோருமே அன்புச் செல்வத்தை ஈட்டவில்லை.

சிலர் இறைவன் முன் சென்று கையினால் தொழுதும் கீழே விழுந்து வணங்கியும் தூய மலர்களை அருச்சித்தும் அவனுடைய புகழை வாயாரப் பாடியும் அன்பு செய்கிறார்கள். அவர்களுடைய அன்பு நாளுக்கு நாள் முதிர்ச்சி பெறுகிறது. முதலில் தொழுகிறார்கள்; பிறகு தூமலர் தூவுகிறார்கள்; அப்பால் துதிக்கிறார்கள்; அந்தத் துதியினால் உள்ளம் நைந்து அழுகிறார்கள். அழ அழ அவர்களுக்கு

ஈசன்மேல் இருக்கும் அன்பு முறுகுகிறது. புலம்புகிறார்கள்; அரற்றுகிறார்கள்.

இப்படி வரவரத் தம்முடைய வாழ்நாளை இறைவன்பால் அன்பு செய்யும் வழியிலே கழிக்கும் கூட்டத்தார் ஒருவகை.

மற்றவர்கள் யாவரும் ஏதேதோ வேலை செய்கிறார்கள். அவைகளெல்லாம் வேலையா ? பைத்தியம் பிடித்தவன் என்ன என்னவோ செய்கிறான். ஆனால் அவன் செய்வள வற்றையெல்லாம் பயனுள்ள செயலென்றா சொல்வார்கள்? பொழுது போய்க் கொண்டிருக்கிறது. இறைவனை மறந்து மற்ற வேலைகளையே செய்கிறவர்கள் வீணே பொழுதைப் போக்குகிறவர்களுக்குச் சமானந்தான். இறைவன் எதற் காக உடம்பு முதலியவற்றைத் தந்தானோ, அந்தக் காரியத்தைச் செய்யாமல் வீண் பொழுது போக்கித் தம்முடைய கடமையைப் புறக்கணிப்பவர்கள் ஒரு சாரார்.

இப்படி உள்ள இரண்டு சாராருடைய செயற் கணக்கையும் இறைவன் எழுதி வைத்துக் கொள்கிறான். நாம் செய்தது நமக்கே தெரியாவிட்டாலும் அவனுக்குத் தெரியும். அவனுடைய ஆணையினாலே நம் வினை ஒவ்வொன்றும் தானே பதிவாகிவிடுகிறது.

ஈசன் எழுதும் இந்தச் சின்னக் கணக்கில் நாம் நல்ல கூலி வாங்குவதற்குரிய கூட்டத்தோடல்லவா சேர வேண்டும்? தொழுது தூமலர் தூவித் துதித்து நின்று அழுதும் காமுற்றும் அரற்றி நிற்பவர் கூட்டத்திலே சேர்ந்தால், இறைவன், "இவன் நாம் தந்ததைத் தக்க வண்ணம் பயன்படுத்தி உழைத்தான். இவனுக்கு நல்ல கூலி கொடுக்க வேண்டும்" என்று திருவுள்ளம் கொள் வான். இல்லையானால்-? அதை நினைத்தாலே பயமா யிருக்கிறது.

இறைவன் எழுதும் இந்தச் சின்னக் கணக்கைப் பற்றித் திருநாவுக்கரசர் சொல்கிறார். இறைவனுக்கு இது சின்னக் கணக்கு ; கீழ்க்கணக்கு. நமக்கோ தலையின்மேல் உள்ள பெரிய கணக்கு; மேற்கணக்கு,

**தொழுது தூமலர் தூவித் துதித்து நின்று
அழுது காமுற்று அரற்றுகின் றாரையும்,
பொழுது போக்கிப் புறக்கணிப் பாரையும்
எழுதும் கீழ்க்கணக்கு இன்னம்பர் ஈசனே.**

(தன்னைத் தொழுது, தூய மலரைத் தூவி அருச்சித்து, துதிகளைச் சொல்லி நின்று, அன்பு மீதூர்ந்தமையால் அழுது, தன்பால் இடையறாத விருப்பத்தைப் பெற்றுப் புலம்பி நைகின்ற வர்களையும், வீணே பொழுதைப் போக்கித் தாம் செய்ய வேண்டிய கடமைகளைப் புறக்கணிப்பவர்களையும் அவரவர்கள் செயல்களோடு வேறு பிரித்துச் சிறு கணக்காக இன்னம்பரிலே எழுந்தருளியிருக்கும் இறைவன் எழுதுவான்.

தொழுதலும் மலர் தூவலும் உடம்பின் செய்கை; துதித்தல் வாக்கின் செய்கை; காமுறுதல் மனத்தின் செய்கை. அழுதலும் அரற்றுதலும் மனத்தில் உண்டான விருப்பத்தின் மெய்ப் பாடுகள். தொழுதல், மலர் தூவல், துதித்தல், காமுறுதல் என்பவை அன்பர்கள் நினைந்து செய்வன. அவர்களுடைய அன்பு முறுகுவதால் அழுதலும் அரற்றுதலும் அந்த அன்பின் விளைவாக அவர்களுடைய முயற்சி இன்றியே உண்டாவன. உண்மை யன்புடையார்களிடம் அவை தோன்றும். பயம் கொண்டவ னுக்கு உடம்பு நடுங்குவதுபோலவும், கோபம் கொண்டவனுக்குக் கண் சிவத்தல் போலவும் அழுகையும் அரற்றுதலும் பக்தியின் விளைவாக எழும் மெய்ப்பாடுகள்.

கீழ்க்கணக்கு - சிறிய கணக்கு. பதினெண் கீழ்க் கணக்கு என்ற பெயர் தமிழ் நூல்களில் ஒரு வரிசைக்கு வழங்குகிறது. அங்கே கணக்கு என்பது நூலைக் குறிக்கும். இங்கே கணக்கு என்பது புள்ளிக் கணக்கையே குறிக்கும். கீழ்வாயிலக்கம், மேல் வாயிலக்கம் என்று

கணக்கில் இருவகை உண்டு. அதுபோல இந்தக் கணக்கைச் சிறு கணக்கு அல்லது கீழ்க்கணக்கு என்றார்.]

இன்னம்பர் என்ற தலம் சோழ நாட்டில் கும்ப கோணத்திற்கு மேற்கே இருக்கிறது. இங்குள்ள இறைவ னுக்கு எழுத்தறி

நாதர் என்று பெயர். அந்தத் திருநாமத் திலிருந்து, அப்பர் சுவாமிகளுக்கு, 'இவர் அவரவர்கள் செயற் கணக்கை எழுதவும் அறிந்தவர்' என்ற நினைவு உண்டாகவே இந்தப் பாசுரத்தைப் பாடியருளினார்.

இது ஐந்தாந் திருமுறையில் 31-ஆம் பதிகத்தின் எட்டாவது பாட்டு.

அழுக்குப் போக்கும் வழி

மனம், வாக்கு, காயம் என்ற மூன்றையும் திரிகரணங்கள் என்று சொல்வார்கள். இந்த மூன்றும் தூயவையாக இருந்தால் தூயவனாகிய இறைவன் திருவருள் புரிவான்.

அழுக்கு ஏறின துணியை வெளுத்துத் தூயதாக்குகிறோம். அதில் சேர்ந்த அழுக்கை உவர் மண்ணாகிய மற்றோர் அழுக்கைக் கொண்டு போக்குவது வண்ணார் தொழில். பல செயல்களைச் செய்து செய்து உடம்பில் அழுக்கு ஏறி இருக்கிறது. நீராடிப் போக்குகின்ற அழுக்கை இங்கே சொல்லவில்லை. செய்யாத செயல் செய்து அந்தப் பழக்கத்தினால் உடம்பிலே ஒட்டிக் கொண்டிருக்கும் இயல்பாகிய அழுக்கைச் சொல்கிறேன். அந்த அழுக்கு எப்படி வந்தது? பல செயல்களைச் செய்து வந்தது. மறுபடியும் செயல்களைச் செய்தே அழுக்கைப் போக்க வேண்டும். அழுக்கைப் போக்குவது உவர்மண் என்று அறிந்த வண்ணான் அதைக் கொண்டு துணியை வெளுக்கிறான். உடம்பை வெளுக்கப் பண்ணும் உபாயம் அறிந்தவர்கள், என்ன செய்யவேண்டுமென்பதை அநுபவத்தால் உணர்ந்து சொல்லி யிருக்கிறார்கள். செயல்களால் வந்த அழுக்கைச் செயல்களால் போக்கவேண்டும். இறைவனை மறந்து செய்த செயல்களால் படலம் படலமாகச் சேர்ந்த அழுக்கை அவனை வணங்கிப் போக்கவேண்டும். மனத்திலே வஞ்சகம் இல்லாமல் உண்மை அன்போடு வணங்கித் தொழுது பணியவேண்டும்.

உடம்பிலே அழுக்குச் சேர்ந்ததுபோலவே நாவிலும் நிரம்ப அழுக்குச் சேர்ந்திருக்கிறது. நாக்கை வழித்துக் கொண்டால் அதன் புற அழுக்குத்தான் போகும். அதனோடு ஒட்டிக் கிடக்கும் இயல்பாகிய அழுக்குப் போகாது. இன்னாத சொல்,

பொய், புறங்கூறுதல், பயனில் லாதன சொல்லுதல் ஆகியவற்றைச் சொல்லிச் சொல்லிஅது அழுக்கேறிக் கிடக்கிறது. வெம்மையான சொற்களையே சொல்லி அது தடித்திருக்கிறது. அந்தச் சொற்களைச் சொல்லாமல் பழகவேண்டும். அத்தகைய சொல் உலவும் இடத்திலிருந்தே விலகித் தண்ணிய அன்புச் சொல்லாகச் சொல்லவேண்டும். என்ன பேசவேண்டுமென்று அறிந்து பேசுவதைக் காட்டிலும் வெஞ்சொல் பேசாமல் விலகுதல் அவசியம். அவ்வாறு நாவைக் காத்தால் நமக்கு வீடு கிடைக்கும்.

அடுத்தது உள்ளம். அதில் சேர்ந்த அழுக்குக்கு அளவே இல்லை. பிறவிதோறும் அழுக்குச் சேர்ந்துகொண்டே வருகிறது. அதைக் கரைத்துப் போக்க வேண்டும். அந்த அழுக்கு இறுகிக் கல்லாகக் கட்டி தட்டிப் போய்விட்டது. இறைவனிடம் அன்பு உண்டானால் நெஞ்சு நெகிழும். அன்பு என்னும் நீரிலே நெஞ்சு ஊற ஊறப் பல காலமாகக் கட்டி தட்டிப்போன அழுக்குக் கரையத் தொடங்கும்; நெகிழும். அந்த நெஞ்சமும் தன் திண்மையை இழந்து உருகும். அழுக்கால் மூடியிருந்த நெஞ்சு அன்பினால் நைய நைய அழுக்குக் கலைந்து அன்பீரம் நெஞ்சுக்கு உள்ளேயும் புகுந்து குளிரவைக்கும். நெஞ்சின் உள்ளிடம் தண் ணென்று குளிரும்.

உடம்பினால் வணங்கி உடலழுக்கைப் போக்கியும், நாவினால் வெஞ்சொல்லை நீக்கி இன்சொல்லைப் பேசி நாவழுக்கை நீக்கியும், நெஞ்சினால் அன்பு செய்து நைந்து நெஞ்சழுக்கைக் கரைத்தும் மூன்று கரணங்களும் தூய்மை யுடையனவாக அமைய நிற்கும்போது இறைவன் வருவான்; நெஞ்சிலே இடங்கொள்வான். எத்தகைய துன்பத்துக்கும் அஞ்ச வேண்டாம் என்று அருளி இன்பம் பெற வைப்பான்.

வஞ்சம் இன்றி வணங்குமின் வைகலும்;
வெஞ்சொல் இன்றி விலகுமின் வீடுற;
நைஞ்சு நைஞ்சு நின்று உள்குளிர் வார்க்கெலாம்
அஞ்சல் என்றிடும் ஆனைக்கா அண்ணலே.

(வஞ்சகம் இல்லாமல் நாள் தோறும் உடம்பால் வணங்குங்கள். முத்தியின்பம் பெறும் பொருட்டு வெம்மையான சொற்கள் பேசுதலின்றி நீங்குங்கள். அன்பினால் நைந்து நைந்து அந்த இயல்பிலே மாறாமல் நின்று உள்ளங் குளிரும் அன்பர்கள் யாவருக்கும், எந்தத் துன்பம் வந்தாலும் அஞ்ச வேண்டாம் என்று திருவாய் மலர்ந்தருளுவான், திருவானைக்காவில் உள்ள சிவபெருமான்.

வஞ்சம் - பொய்ம்மை; மனத்திலே வேறு ஒன்று வைத்துச் செய்யும் நிலை. வைகலும் - நாள்தோறும். வெஞ்சொல்- இன்னாச் சொல்; உபலட்சணத்தால் பொய், குறளை, பயனில்லாத சொல் என்பவற்றையும் சேர்த்துக் கொள்ள வேண்டும். விலகுமின் - அகன்று செல்லுங்கள். வெஞ்சொல் இன்றி விலகுமின் என்றது இன்சொல் சொல்லுக என்பதையும் குறிப்பித்தது. வீடு - முத்தி. வீடு உற நைஞ்ச என்று கூட்டிப் பொருள் செய்வதும் பொருந்தும். நைஞ்சு - நைந்து; உருகி. இது அன்பினால் உண்டாவது. நின்று - அன்பினின்றும் மாறாமல் நின்று. குளிர்தல், அன்பு முறுகும் போது உண்டாகும் சாந்த நிலையைச் சுட்டியது. உடம்பால் வணங்குமின், நாவால் இன்சொல் சொல்லுமின் என்று இரண்டையும் அறிவுரையாகச் சொன்னவர், நெஞ்சு நைந்து குளிர்மின் என்று சொல்லாவிட்டாலும் உள்குளிர் வாருக்கு அஞ்சல் என்பான் என்று சொன்னதில் அந்த அறிவுரை அடங்கியிருக்கிறது. இதை உடம்படுபுணர்த்தல் என்று சொல் வார்கள். அஞ்சல் -அச்சத்தைக் கொள்ள வேண்டாம். என் றிடும் - என்று சொல்வான். அண்ணல் - பெருமையையுடைய தலைவன்.)

உடம்பு,வாக்கு, நெஞ்சு என்ற மூன்றையும் இறைவன் வழி நிற்கச் செய்வதனால் அவை தூய்மை பெறும் என்றும், அப்போது இறைவன் அருள் கிடைக்கும் என்றும் இப் பாட்டால் புலப்படுத்தினார் நாவுக்கரசர்.

இது முப்பத்தோராம் பதிகத்தின் ஐந்தாம் பாட்டு.

பணிசெய்

"அதோ அந்த எசமானிடம் வேலைக்குப் போகிறாயா?"

"அவரிடமா? அவர் பக்கத்தில் சதா நாய் இருந்து கொண்டே இருக்கிறதே !"

"இருந்தால் குறை இல்லை."

" அவர் ஓட்டை வண்டி ஒன்றையல்லவா வைத்திருக் கிறார்? சரியானபடி சம்பளம் தருவாரா?"

"அவருடைய நாயையும் வண்டியையும் பார்த்து ஏமாந்து போகாதே. அவர் நல்லவர். வேண்டிய அளவுக்குச் சோறுபோட்டுக் காப்பாற்றுவார்."

"அவரைப் பார்த்தாலே நன்றாகச் சாப்பிடுகிறவராகத் தோன்றவில்லையே !"

"அதைப் பற்றி உனக்கு என்ன கவலை? அவரிடம் போய் வேலை செய்கிறவர்களுக்கு அவர் தக்கபடி சம்பளம் தருகிறாரா, சோறு போடுகிறாரா என்பதை மாத்திரம் நீ தெரிந்துகொண்டால் போதுமே !"

"சாமானிய உடையைத்தானே அவர் அணிந்திருக்கிறார்?"

"'அவர் இயல்பு அது. அவரிடம் வேலை பார்க்கிறவர்கள் எல்லாம் பட்டும் சரிகை வேட்டியும் அணிந்துகொண் டிருப்பார்கள். அவர் மட்டும் எப்போதும் சாதாரண உடையைத்தான் அணிவார். அவர் வாகனம், உடை, அணி இவற்றைக் கண்டு அவருடைய குணத்தையும்

பெருந்தன்மையையும் தெரிந்துகொள்ளாமல் ஏமாந்தவர்கள் பலர்."

இந்தச் சம்பாஷணையைப் போலவே வேறு ஒரு சம்பாஷணை நடக்கிறது. சிவபெருமானுக்குத் தொண்டு செய்யவேண்டுமென்று ஒரு பெரியவர் தம் நெஞ்சைப் பார்த்துச் சொல்கிறார்.

"நெஞ்சமே, நீ இத்தனை காலமும் யார் யாருக்கோ பணி செய்து வந்தாயே; அதனால் கண்டது என்ன?"

"அவரவர்கள் தங்கள் நன்மையைப் பார்த்துக்கொண்டார்களே ஒழிய எனக்கு ஒன்றும் ஊதியம் இல்லை. அவர்களால் வேதனையும் கவலையும் உண்டானதுதான் கண்ட பலன்."

"செல்வம், கல்வி, ஆற்றல் என்றவற்றை மிகுதியாகப் பெற்றவர்களை அணுகிப் பணி செய்தாயே; அவர்களால் உனக்குச் செல்வமோ, கல்வியோ, ஆற்றலோ கிடைத்ததா?"

"என் வாழ்நாள் வீணாள் ஆனதன்றி ஒன்றும் கிடைக்கவில்லை. அவர்களிடமே அவை நிலையாக நிற்க வில்லையே !"

"இவ்வளவு அநுபவப்பட்ட உனக்கு வேறு ஒரு பிரபுவைக் காட்டுகிறேன். அவரிடம் சென்று பணி புரி கிறாயா?"

"யார் அவர்? எந்த ஊர்க்காரரர்?"

"சோழ மண்டலத்தில் ஓர் ஊரில்இருப்பவர். திரு வையாற்றுக்கு அருகில் திருச்சோற்றுத்துறை என்ற அழ கான ஊர் இருக்கிறது. அங்கே வாழ்கிறவர் அவர்."

'இவ்வளவு அருகில் இருப்பவரா ? அவர் யார்? சொல்லுங்கள்."

"அவரை முன்பே உனக்குத் தெரிந்திருக்கலாம். அவரை நீ பார்த்திராவிட்டாலும் பிறர் அவரைப் பற்றிச் சொல்லக் கேட்டிருக்கலாம்.'

"இன்னார் என்று சொல்லுங்கள்."

"சிவபெருமான்."

"அட! அவரா? அவரைப் பற்றி நான் கேட்டிருக் கிறேன். மாட்டின் மேல் ஏறி வருவார் என்று சொல்கிறார்களே, அவர்தாமே?"

"ஆம். பெற்றம் ஏறும் பெருமானைத்தான் சொல்கிறேன்."

"குதிரையும் யானையும் விமானமும் தேரும் இருக்க அவருக்கு இந்தப் பெற்றந்தானா கிடைத்தது ? நல்ல பேர் வழியாகப் பார்த்துச் சொன்னீர்களே! அவரைப் பற்றி நிறையக் கேட்டிருக்கிறேனே! அவரைச் சுற்றி எப்போதும் பேய்கள் சுற்றிக்கொண்டிருக்குமாமே?"

"ஆம், அவர் அடையாளத்தை நீ நன்றாகத் தெரிந்து வைத்துக்கொண்டிருக்கிறாயே! பேயைப் படையாகக்கொண்ட பேராளரே அவர்."

எல்லோரும் பொன்னும் மணியும் பூண்டிருக்க அவர் பாம்பை அணிந்திருக்கிறார் என்று சொல்கிறார்களே! பாம்புபோல மாலையைக் கட்டி அணிந்திருப்பாரென்று முதலில் நான் நினைத்தேன். உண்மையான பாம்புதானாம்; புற்றிலே வாழ்கிறேதே அந்தப் பாம்புதானாம்; படம் எடுத்து ஆடுகிற அதே பாம்பைத்தான் அவர் கையிலும் கழுத்திலும் தலையிலும் அணிந்துகொண்டிருக்கிறாராம். இப்படி ஒரு பைத்தியக்காரர் உண்டோ?"

"புற்றில் ஆடும் அரவைப் பூண்ட புண்ணிய மூர்த்தி யையே நான் சொல்கிறேன். அவரைச் சுற்றி உள்ள வற்றை நீ

தெரிந்துகொண்டாயே ஒழிய அவரைப் பற்றி நீ ஒன்றும் அறிந்துகொள்ளவில்லை போலும்!"

"இன்னும் என்ன அறிந்துகொள்ளவேண்டும்? வாகனம் ஒன்றும் கிடைக்கவில்லையோ, அல்லது புத்திக் கோளாறோ அவர் மாட்டில் ஏறி வருகிறார். மனிதர்கள் அவர் பக்கத்திலேயே போக இயலாது; பேய்களே அவரைச் சுற்றி இருக்கின்றன. போதாக்குறைக்குத் தம்மை அணுகுவார் அஞ்சும்படி உடம்பெல்லாம் பாம்பை அணிந் திருக்கிறார். முட்டுகிற மாட்டையும் ஆளையே சாப்பிட்டு விடுகிற பேயையும் கடிக்கிற பாம்பையும் படைத்த அவரிடம் போகவே முடியாதே. அவரை அணுகி அவருக்குப் பணி செய்கிறது என்பது நடக்கிற காரியமா?"

"அட மட நெஞ்சமே! புறத் தோற்றத்தைக் கண்டு மயங்கி மயங்கித்தான் நீ ஏமாந்துபோகிறாய். எந்தப் பொருள் எப்படித் தோன்றினாலும் அதனுடைய உண்மையைத் தெரிந்து கொள்ளும் அறிவை நீ படைக்கவில்லை. அந்த அறிவு இல்லாத உனக்கு அவரைச் சுற்றியிருக்கும் பொருள்களைக் காணக் கண் இருக்கிறதே ஒழிய அவரைப் பற்றி எண்ணக் கருத்து இல்லை. அவர் வாழ்கிற இடத் தைச் சொன்னேனே; அதைக் கருத்தில் வாங்கிக் கொண்டாயா ?"

"தெரியுமே; சோற்றுத்துறை என்ற ஊரிலே அவர் இருக்கிறார்."

"சோற்றுத்துறை என்ற ஊருக்கு எப்படிப் பேர் வந்தது தெரியுமா?"

"சொல்லுங்கள், கேட்கிறேன்."

"அடியவர்கள் பசித்திருக்கப் பாராத பரமதயாளு அந்தப் பெருமான். அந்த ஊரில் அருளாளன் என்ற அடியவனுக்கு எடுக்க எடுக்கக் குறையாதபடி சிவபெருமான் சோறு அளித்தார். அதனால்தான் அந்தத் தலத்துக்குச் சோற்றுத்துறை என்ற பெயர் வந்தது."

"யாருக்கோ எப்போதோ சோறு அளித்ததாகச் சொல்வதை நம்பலாமா?"

"உனக்குப் புண்ணியம் இருந்தால் நம்பு. சோறு அளித்ததற்கு அடையாளமாகத்தானே அந்த ஊருக்குப் பெயரே வந்திருக்கிறது? அப்பெருமானுடன் உறைகின்ற பெருமாட்டிக்கு அன்னபூரணி- என்று பெயர். அந்த ஊரில் சோறுபடைத்த வயல், சோறுடையான் வாய்க்கால் என்ற பெயர்களோடு உள்ள வயலும் வாய்க்காலும் இந்த வர லாற்றுக்குச் சாட்சி சொல்கின்றன."

“இன்று நமக்கு அவர் சோறு தருவாரா?"

பைத்தியமே! மனிதனாக இருந்தால் அன்று பணக் காரராக இருந்தார், சோறு போட்டார். இன்று பணம் போய்விட்டது போடுகிறதில்லை என்று சொல்லலாம். அவரோ பரம்பொருள்; நித்தியர்; என்றும் மாறாத செல்வத்தை உடையவர். அவர் என்றுமே சோறு அளிக்க வல்லவர். அவர் நமக்கு உணவு தராவிட்டால் நாம் உண்ண முடியாது. நாம் முயன்று பொருள் ஈட்டி உண்ணும்படியாக வைத்த அருளாணையினால் இவை நிகழ்கின்றன. எல்லாம் அப்பெருமானுடைய திருவுள்ளப்படியே நிகழ்கின்றன. இந்தத் தத்துவத்தைப் பார்த்தால் உலக முழுவதுமே சோற்றுத்துறைதான். ஒவ்வொரு வாய்க்காலும் நீரினால் நெல் முதலியவற்றை விளைவித்து மக்கட்குலத்துக்குச் சோறு உண்டாகக் காரணமாதலால் எல்லா வாய்க்கால் களுமே சோறுடையான் வாய்க்கால்களே. வயல் என்றாலே உணவை விளைவிப்பதாதலால் உலகிலுள்ள வயல்கள் யாவுமே மனிதர்களுக்குச் சோறு படைக்கும் வயல்களே. இவற்றை நின்று உணர்ந்து, இறைவர் திருவுள்ளத்தால் நமக்குச் சோறு கிடைக்கிறது என்பதை அறியும்படியாக அந்தச் சோற்றுத்துறை விளங்குகிறது. ஓர் ஊருக்குள் புகும்போது அந்த ஊரின் பெயரை எழுதி யிருக்கும் பலகையைப் பார்க்கிறோம். அதை ஊரின் ஓரத்திலேயோ, நடுவிலேயோ நட்டிருப்பார்கள். அது நட்டிருக்கிற இடம் மட்டும் அந்த ஊர்

என்று நினைக்கக் கூடாது. ஊர் விரிவாக இருந்தாலும் ஏதோ ஓர் இடத்தில் அதன் பெயரை நினைப்பூட்டும் பலகை இருக்கிறது. அப்படி உலக முழுவதும் சோற்றுத்துறை ஆனாலும் அதை நினைப் பூட்ட ஓரிடத்தில் அந்தப் பெயர் வழங்குகிறது."

"அவர் சோறு வழங்கும் அன்ன தாதாவாக இருந்தால் எதற்காக அவர் பெற்றம் ஏறுகிறார்? ஏன் பேயைப் படையாகக் கொள்கிறார்? பாம்பை ஏன் பூணாக அணிகிறார்?"

"அவர் பெற்றம் ஏறினால் என்ன? பேய் அவருக்குப் படை ஆனால் என்ன? புற்றில் ஆடும் அரவையே அவர் பூணில் என்ன ? உனக்கு வேண்டியது சோறு. அதை அவர் தருகிறார். அவர் விலாசமே அதைத் தெரிவிக்கிறது. யார் யாரையோ சுற்றிச் சுற்றி என்ன பயனைக் கண்டாய்? இந்தப் பெரு மானைச் சுற்றிவா; வலம் செய்து வணங்கு; மனமாரப் பற்றிக் கொள்; தொண்டு செய். உனக்கு எத்தனை இன்பம் உண்டாகும் தெரியுமா?"

"அவர் எதற்காகத்தான் அந்தக் கோலம் புனைந்திருக்கிறார்?"

“பெரியவர்கள் புறத் தோற்றத்திலே எளியவரைப் போல இருப்பார்கள். அவர்கள் செயல் பித்தர் செயல் போல இருக்கலாம். அவர்களோடு பலகாலம் பழகினால் தான் அவர்களின் தோற்றத்துக்கும் செயல்களுக்கும் காரணம் தெளிவாகும். அந்தக் காரணங்கள் அவர்களுடைய நற்பண்பைச் சிறப்பிக்குமே ஒழிய, அவற்றிற்கு மாறாக இரா."

“அப்படியானால்-"

"இவருடைய தோற்றத்துக்கு என்ன காரணம் என்றுதானே கேட்க வருகிறாய்?'

"ஆம்."

"சொல்கிறேன் கேள். அவர் ஏறுவது பட்டியிலே அடைபடும் காளை அன்று. அறத்தையே விடையாக்கி அதில் ஊர்ந்து வருகிறார். மனிதர்கள் தம்முடைய வாழ்க்கையில் அறத்தை அடிப்படையாகக் கொண்டு வாழ்ந்தால் அவர்களுக்கும் பிறருக்கும் நன்மையே உண்டாகும். இறைவர் தாமே அறத்தை வாகனமாக்கிக் கொண்டிருப்பது, அந்த அறத்தை அவர் நடத்துகிறார் என்பதைக் காட்டுவதற்கு. மனம் போனபடி போகும் காளையை அதன் மேல் ஏறித் தன் மனம்போல ஒருவன் ஓட்டுவதைப்போல, அறத்தைச் சிவபெருமான் இயக்குகிறார். விடையேறும் விமலராக அவர் காட்சி அளிப்பதன் கருத்து அதுதான். ஆகவே கயிறு உருவிவிட்ட காளையைக் கண்டால் முட்டி விடுமே என்று அஞ்சலாம். இந்தப் பெற்றத்தைக் கண்டு அஞ்சவேண்டியதே இல்லை."

"அது சரிதான். பேய்ப் படையைக் கண்டு அஞ்சாமல் இருக்க முடியுமா?"

"மனிதர்களிலேயும் பேய் இருப்பது உனக்குத் தெரியாதா? மற்ற இடங்களில் வாழும் பேய்களே அச்சத்தைத் தருவன. இறைவருடன் உள்ள பேய்கள் கட்டுப்பாட்டுக்கு அடங்கின படையாக இருக்கின்றன. கண்டதை உண்டு கண்டபடி திரியும் அவை இப்பெருமானிடம் வந்து அவருக்கு ஏவல் செய்கின்றன. வடிவத்தால் பேயேயன்றிப் பண்பினால் அந்தக் கூட்டம் அத்தனையும் அடியார் கூட்டமே ஆகும். பேய்களும் திருந்தி வந்தால் இறைவர் அடியார்களாக்கிக் கொள்வார். அதுமட்டுமல்ல; பேய்கள் அவரை அடைந்தால் தம் பேய்க்குணம் மாறிப் பணிவாக நடந்து அன்புகொள்ளும் என்பதையும் இதனால் அறியலாம். 'சிவபிரானுக்குப் பணி செய்யும் தகுதி நமக்கு இருக்கிறதா? நாம் பொல்லாக் குணம் படைத்த பாவி அல்லவா?' என்ற எண்ணம் தோன்றினால், 'பேயானாலும் அதன் இயல்பை மாற்றிப் பணி கொள்ளும் பெருங்கருணை யாளர் அவர்' என்ற நினைவும், அதனால் 'நம்மையும் ஆட் கொள்வார்' என்ற நம்பிக்கையும் உடனே உண்டாகும் படியாக அந்தப் பேய்ப்படை நிற்கிறது.'

"பாம்பைப் பற்றி என்ன சொல்கிறீர்கள்?"

"பாம்பு வழுவழுப்பாக இருக்கிறது. குளிர்ச்சியாக இருக்கிறது. அதன் படம் பளபளப்பாக இருக்கிறது. இத் தனை பெருமை இருந்தும் அதைக் கண்டு அஞ்சுவதற்குக் காரணம் அதனிடம் நஞ்சு இருப்பதுதான். நஞ்சணிகண்ட ராகிய சிவபெருமானோ ஆலகால நஞ்சத்தையே உண்டு அமுதாக்கியவர் ஆதலின் பாம்புக்குப் பயப்படாதவர். பாம் பையும் நஞ்சு இல்லாததாக ஆக்குகிறவர். தன்னிடத்திலே உள்ள நஞ்சு காரணமாக, கண்ட மாத்திரத்திலே பிறர் கொல்லுவார்களே என்று அஞ்சிப் புற்றுக்குள்ளே ஒளிந்து கொள்ளும் இயல்புடையது பாம்பு. இறையனார்பால் அடைந்த பிறகு ஒளியவேண்டிய அவசியம் இல்லாமற் போயிற்று. அதனிடம் இப்போது நஞ்சு இல்லை. யாரே னும் தொட்டால் புஸ்ஸென்று சீறிப் படமெடுத்துக் கொத்துவது பாம்பின் இயல்பு. இங்கேயோ எப்போதும் படம் எடுத்துக் கொண்டே இருக்கிறது. சீறுவதில்லை; கொத்துவதில்லை. ஆன்மாக்களிடத்தில் உள்ள நஞ்சாகிய பாசத்தைப் போக்கித் தம்மோடு இணையச் செய்யும் அருள் படைத்த பெருமான் அவர். பாம்பென்றால் படையும் நடுங்கும் என்பார்கள். ஆனால் இந்தப் பாம்பைக் கண்டு நடுங்கவேண்டியது இல்லை. இது நஞ்சிழந்த பாம்பு. கருணை வடிவமான கடவுளுடைய திருமேனியிலே தவழும் பாம்பு. பாம்பின் நஞ்சுக்குப் பயந்து நாம் அதைக் கொன்றுவிடு கிறோம். இந்தக் கருணைப்பிரானோ அந்த நஞ்சின் கொடுமையை மாற்றிப் பாம்பை அணியாகப் பூண்டிருக் கிறார். அவர் அச்சம் அற்றவர். பிறரை அச்சுறுத்தும் பொருள்கள் அவரை அச்சுறுத்த இயல்வதில்லை. அவை அவரைச் சார்ந்தால் அச்சுறுத்தும் இயல்பையே இழந்து இனமாகக் கூட்டிக்கொள்ளும் இயல்பும், அணியாகப் பூட்டிக்கொள்ளும் இயல்பும் பெறுகின்றன.

"இந்த உண்மையை உணரும்போது அந்தப் பெருமான், பணி செய்தால் நலம் அருள்வார் என்றே தோன்றுகிறது."

"மட நெஞ்சமே, உன்னிடத்தில் பிறரைப் புண்படுத் தும் எருத்தின் தன்மை இருக்கிறது. நீ அவரை அண்டினால் உன்னையே வாகனமாக்கி, உன் மேல் அவர் வீற்றிருப்பார். பிறரை அச்சுறுத்திப் பிறர் பொருளால் வாழும் எண்ணம் படைத்த பேய் நீ. உன்னை அவர் தம் அருளாட்சியிலே இழுத்துக்கொண்டு ஞான வீரப் படை யிலே சேர்த்துவிடுவார். பிறரைக் கண்டால் சீறிக் கொடுமை செய்யும் பாம்பாகவும் நீ இருக்கிறாய். உன் கொடுமையை மாற்றித் தமக்கு அணியாக ஆக்கிக்கொள் ளும் ஆற்றலும் அருளும் உடையவர் அவர். ஆதலால் நீ யார் யாரையோ சுற்றித் திரியாதே. யார் யாரையோ பற்றாதே. சுற்றி நீ என்றும் சோற்றுத் துறையர்க்கே பற்றி நீ பணி செய்."

பெற்றம் ஏறில்என்? பேய்படை ஆகில்என்?
புற்றில் ஆடர வேயது பூணில்என்?
சுற்றி நீஎன்றும் சோற்றுத் துறையர்க்கே பற்றி
நீபணி செய்மட நெஞ்சமே.

[அறியாமையை உடைய நெஞ்சே! சோற்றுத் துறையிலே எழுந்தருளியிருக்கும் சிவபெருமான் எருதிலே ஏறினால் உனக்கு என்ன? பேய் அவருடைய படை ஆகி அதனால் உனக்கு வரும் தீங்கு என்ன? புற்றிலே ஆடும் இயல்பையுடைய அரவையே பூண்டால்தான் என்ன? அவரையே சுற்றியும் பற்றியும் நீ தொண்டு செய்வாயாக.

பெற்றம் - மாடு ; பசுவுக்கும் எருதுக்கும் பொதுவான பெயர்; இங்கே எருதுக்கு ஆயிற்று. என்- உனக்கு என்ன தடை. புற்றில் ஆடரவு என்றது பாம்பு என்ற இனத்தை நினைந்து சொன்னது. தாருகாவனத்து முனிவர் செய்த யாகத்தில் தோன்றிய பாம்புகளை அவர்கள் சிவபெருமான் மேல் ஏவி விட்டார்கள். அவற்றைப் பெருமான் பற்றி அணியாக அணிந்து கொண்டார். ஆடரவேயது; அது என்பது பகுதிப் பொருள் விகுதி. அதற்குத் தனியே ஒரு பொருள் இல்லை. ராமனானவன் என்று சொல்வது போல அரவது என்றார். முதலில் சுற்றிவந்து ஆளின் தன்மையையும் இடத்தையும் உறுதிப்படுத்திக்

கொண்டு பின் பற்றுவது இயல்பு. அதனை நினைந்து சுற்றி என்று முன்னே சொல்லிப் பின்பற்றி என்றார். சுற்றிப் பற்றித் துறையர்க்குப் பணி செய் என்று கூட்ட வேண்டும். பணி செய்தலாவது அப்பெருமானை நினைந்தும் வாழ்த்தியும் வழிபட்டும் காலம் கழித்தல்.]

திருச்சோற்றுத்துறை என்ற பெயரைக் குலைத்து இப்போது திருச்சத்துறை என்று வழங்குகிறார்கள். இதன் வட மொழிப் பெயர் ஓதனவனம். இங்குள்ள சிவபெருமானு டைய திருநாமம் வடமொழியில் ஓதனவனேசுவரர் என்று வழங்கும். சோறுடையான் என்பது தமிழ்ப் பெயர்.

இது ஐந்தாம் திருமுறையில் 33-ஆம் திருப்பதிகத்தில் உள்ள எட்டாவது திருப்பாட்டு.

ஓது பைங்கிளி

தோழி சொல்கிறாள்; திருமருகலிலே எழுந்தருளி யிருக்கும் மாணிக்க வண்ணப் பெருமானிடம் காதல் கொண்ட காதலி செய்யும் செயலைச் சொல்கிறாள்:-

அழகான பச்சைக்கிளி ஒன்றை அவள் எங்கேயோ சம்பாதித்துக்கொண்டு வந்திருக்கிறாள். அது நன்றாகப் பேசும் சக்தி உடையதென்று தோன்றுகிறது. நாம் சொல்வதை அதுவும் ஓதுகிறது. அதனிடம் அவளுக்கு எத்தனை அன்பு, தெரியுமா? முதலில் கிளிக்கு என்ன உணவு வேண்டுமோ அதைக் கவனித்துக் கொடுக்கிறாள். அவள் பால் குடிக்கிறதே இல்லை; தன் காதலன் அருள் கிடைக் காதபோது பாலும் சரி, அமுதமே ஆனாலும் சரி, அவளுக்குச் சுவை தருவதில்லை.

நல்ல சுவையுள்ள ஒண்பாலை அந்தப் பைங்கிளிக்கு அமுதாக ஊட்டுகிறாள். அதற்கு மெத்தென்றபடுக்கையைக் கூட்டுக்குள் அமைத்திருக்கிறாள். தன்னுடைய உயிரினும் மேலாக அதைப் பாதுகாக்கிறாள்.

ஓது பைங்கிளிக்கு ஒண்பால் அமுது ஊட்டிப்
பாதுகாத்து

பாலை உண்டு நன்றாக வளர்கிறது கிளி. அழகாகப் பேசுகிறது. அதற்கு இயல்பாகப் பேசவா தெரியும்? கிரீச், கிரீச் என்று போடுகிற சத்தந்தான் அதன் பாஷை. இப் போது மனித பாஷை பேசுகிறது. இனிய தமிழிலே என்ன என்னவோ வார்த்தைகளைப் பேசுகிறது. "மாணிக்க வண்ணப் பெருமானே!" என்று சொல்கிறது; "மருகல் வாணரே!" என்று கொஞ்சிக் கொஞ்சிப் பேசுகிறது.

"மாலை வேண்டும்" என்று பேசுகிறது. இப்படி ஒன்று அல்ல ; பல சொற்களைக் கற்றுக்கொண்டிருக்கிறது. அதற்கு அப்படியெல்லாம் பேசுவது இயற்கை அன்று. அவள் தான் ஓது பைங்கிளிக்குப் பலபல கற்பித்திருக்கிறாள்.

அந்த மாது இவ்வாறு கிளியை ஊட்டிப் பாதுகாத்துப் பேச்சுக் கற்றுக்கொடுக்கிறாளே ! உணவினால் அது இன் புறுகிறது. மற்றப் பாதுகாப்பினாலும் அது இன்பத்தை அடைகிறது. அது கற்றுக்கொள்ளும் இந்த வார்த்தைகளால் அதற்கு என்ன பயன்?

சொன்னதைச் சொல்லும் கிளிப் பிள்ளையாக அது இருப்பது பார்க்கிறவர்களுக்கு வியப்பை உண்டாக்குகிறது. மற்றக் கிளிகள் மரத்தின் பொந்திலே வாழ்ந்து பழங்களைக் கொத்தித்தின்று வித்துக்களையும் தின்று புழுவையும் தின்று வாழ்கின்றன. அவை பாலுணவை அறியாதவை ; கூட்டு வாழ்க்கையை விரும்பாதவை; சொன்னதைச் சொல்லத் தெரியாதவை.

இந்தக் கிளியோ தூய பாலை உண்ணுகிறது. நல்ல பழங்களைத் தின்னுகிறது. தூய கூட்டிலே வாழ்கிறது. அதன் காலுக்குத் தண்டைகூடப் போட்டிருக்கிறாள். மட மங்கையருக்கும் வராத இனிமையுடன் அந்தக் கிளி கொஞ்சிக் கொஞ்சிப் பேசுகிறது.

இவ்வளவு தூரம் காதலி இதை வளர்த்துப் பேசக் கற்றுக் கொடுப்பதனால் அதற்கு ஏதேனும் பயன் உண்டோ இல்லையோ, அறியேன். ஆனால், அவளுக்குப் பயன் உண் டென்று தெரிகிறது. அவள் தன்னுடைய காதலனாகிய மருகற் பெருமானுடைய திருநாமங்களைப் பைங்கிளிக்குக் கற்றுக்கொடுத்திருக்கிறாள். அவற்றை அது சொல்லும் போது, கேட்டுக் கேட்டு இன்புறுகிறாள். இது அவள் நாள் தோறும் பெறும் பயன்.

தன் காதலனுடைய நாமத்தையும் புகழையும் பிறர் சொல்லக் கேட்பதில் காதலிக்கு இன்பம் உண்டாவது இயல்பு. இந்தக்

கிளியோ பாலுண்ட வாயால் அமுதம் போன்ற சுவை உண்டாகும்படி இனிமையாக அவற்றைச் சொல்கிறது. அது எதைச் சொன்னாலும் இனிமையாக இருக்கிறது. காதலன் பெயரைச் சொன்னால் உண்டாகும் இன்பத்துக்கு அளவு சொல்ல முடியுமா?

காதலி இந்த இன்பத்தோடு நிற்கவில்லை. வேறு ஒரு பெரிய பயனை எண்ணியே அந்தக் கிளியைப் பாதுகாத்து வருகிறாள் என்பது இப்போது தெரிந்துவிட்டது. தன் னுடைய குறைகளையெல்லாம் மருகலிலே வாழும் பெருமானுக்குச் சொல்லியனுப்பி, அவனுடைய மாலையைப் பெற்று, அவன் அருள் கிடைக்கும் என்ற நம்பிக்கையை அடைந்து இன்பு றவேண்டும் என்பது அவளுடைய ஆசை. தன் காதலை வேறு யாரிடம் சொல்வது? நாணம் மிகுதியாக உடையவளாதலால் வேறு யாரிடமாவது சொல்லி அனுப்பு வதற்கு மனம் வரவில்லை. அதனால் இந்தக் கிளியையே தூது விடலாம் என்ற நினைவோடு அதற்கு இத்தனை உப சாரங்களும் செய்து பேச்சும் கற்றுக்கொடுத்திருக்கிறாள். நாம் சொல்வதை அப்படியே சொல்வதற்கு நம்பிக்கை உள்ளவர்கள் வேண்டும். மனிதர்களிடம் தன் கருத் தைச் சொல்ல அவளுக்கு நாணமாக இருக்கிறது. நாணத்தை விட்டுச் சொன்னாலும் அவர்கள் அவள் சொல்வதை அப்படியே சொல்கிறார்கள் என்பது என்ன உறுதி? கூட்டியும் குறைத்தும் சொல்லலாம். சொன்னதைச் சொன்னபடியே சொல்லுபவர் யாராவது கிடைத்தால் தூதாக அனுப் பலாம். அப்படி யாரும் கிடைக்கவில்லை.

தூது அனுப்பாமல் இருந்துவிடலாம் என்றால், அவளுடைய காதலை இறைவன் அறிந்துகொள்ளுவது எப்படி? அழுதபிள்ளை பால் குடிக்கும்' என்பார்கள். எத் தனையோ பேர்களுக்கு அருள் செய்யும் இறைவன் அவளை நினைந்து வருவது எளிய காரியமா? ஆதலால் அவள் தன் விருப்பத்தைச் சொல்லி அனுப்பத்தான் வேண்டும்.

தூதாகச் செல்ல யாரும் இல்லை என்பதை உணர்ந்தாலும் அவள் நம்பிக்கையைக் கைவிடவில்லை. சொன்னதைச்

சொல்லும் கிளிப்பிள்ளை ஒன்றைத் தூதுவிடுவது என்று நிச்சயித்து, இத்தனை காலமாக அந்த எண்ணத்தைச் செய லாக்கவேண்டியவற்றைச் செய்து வந்திருக்கிறாள்.

இப்போது அந்தப் பைங்கிளி நன்றாகப் பேசுகிறது. தான் நினைத்தது இனி எளிதிலே நிறைவேறும் என்ற உறுதி அவளுக்கு வந்துவிட்டது. "இனி இதை மருகற் பெருமானுக்குத் தூது சொல்ல விடலாம்" என்ற நம்பிக்கை பிறந்துவிட்டது. அதற்கு வேண்டிய ஏற்பாடுகளைத் தொடங்கிவிட்டாள்.

ஓது பைங்கிளிக்கு ஒண்பால் அமுது ஊட்டிப்
பாது காத்துப் பலபல கற்பித்து
மாது தான்மரு கற்பெரு மானுக்குத்
தூது சொல்ல விடத்தான் தொடங்குமே.

[(சொன்னதைத் தெரிந்துகொண்டு) சொல்லும் பச்சைக் கிளிக்கு, இந்த மாது நல்ல பாலாகிய உணவை ஊட்டி,(தங்கும் இடம்,வேறு வகை உணவு முதலியவற்றை அளித்துப்) பாது காத்து,(இறைவனுடைய திருநாமம், அவனிடம் விண்ணப்பிக்கும் முறை முதலிய) பலவற்றைக் கற்பித்து, மருகலிலே எழுந்தருளி யிருக்கும் சிவபெருமானுக்கு (அக்கிளியைத்) தூது சொல்லும்படி யாக அனுப்பத் தொடங்குவாள்.

ஓதுதல் - ஒருவர் சொல்ல மற்றொருவர் அதைச் சொல்லுதல். ஒண்மை - நன்மை. அமுது - உணவு. ஊட்டி - உண்ணச் செய்து. பாதுகாத்து - காப்பாற்றி. தான் இரண்டும் அசை நிலைகள். தூது சொல்ல - இறைவனிடத்திலே தூதாகச் சென்று தான் வந்த தூதின் செய்திகளைச் சொல்லுவதற்கு. விட-அனுப்ப. தொடங்கும்: இன் னும் அனுப்பவில்லை; என்ன சொல்லவேண்டும் என்பதைச் சொல்லிக்கொண்டிருக்கும் நிலை இது.)

திருமருகல் என்னும் தலம் சோழநாட்டைச் சார்ந்தது. நன்னிலத்திலிருந்து செல்லவேண்டும்.

இந்தத் திருப்பாட்டு ஐந்தாம் திருமுறை, எண்பத் தெட்டாம் பதிகத்தில் நான்காவதாக அமைந்திருக்கிறது.

குறிகளும் அடையாளமும்

பல காலமாக வறுமையினால் வருந்தி நிற்பவன் ஒருவன், யாரேனும் ஒரு வள்ளலை அடைந்து தன் துன்பங்களை நீக்கிக்கொள்ளவேண்டும் என்று விரும்புகிறான். பலரிடம் விசாரித்து விசாரித்துக் கடைசியில் ஒரு வள்ளலைப் பற்றித் தெரிந்துகொள்கிறான். அவரிடம் சென்றால் அவனுடைய வறிய நிலை அடியோடு மாயும் என்று பலர் அவனிடம் சொல்கிறார்கள்.

அந்த ஏழை, வள்ளலைப் பற்றிய செய்திகளை எப்படித் தெரிந்து கொள்கிறான் என்பதைக் கவனிப்போம். முதல் முதலில் ஏழையின் காதில் அந்தச் செல்வருடைய பெயர் விழுகிறது. இன்ன பெயருடைய வள்ளல் ஒருவர் இருக் கிறார், அவர் இவ்வளவு உயர்ந்த குணமுடையவர் என்று பிறர் சொல்லச் சொல்ல அந்த வள்ளலுடைய பெயரை நன்றாகத் தெரிந்துகொள்கிறான்.

பிறகு அவருடைய அங்க அடையாளங்களை விசாரிக்கிறான். 'அவர் குட்டை யாக இருப்பாரா? நெட்டையாக இருப்பாரா? கறுப்பாக இருப்பாரா? சிவப்பாக இருப்பாரா?' என்றெல்லாம் கேட்டுத் தெரிந்துகொள்கிறான். அவரைக் கண்டவர்கள் அவருடைய உருவத்தைப் பற்றிச் சொல்கிறார்கள்.

இனி அடுத்தபடி, அவர் எங்கே இருக்கிறார் என்ற கேள்வி தோன்றுகிறது. அதையும் ஏழை கேட்டுத் தெரிந்து கொள்கிறான். இன்ன ஊரில் இன்ன வீதியில் இன்ன எண்ணுள்ள இல்லத்தில் அவர் வாழ்கிறார் என்று திண்ணமாகத் தெரிந்துகொள்கிறான். ஊரும் இடமும் தெரிந்த பிறகு அதற்குப்போகிற வழியையும் அறிந்துகொள்கிறான்.

தான் இருக்கும் இடத்துக்கும் வள்ளலுடைய இருப்பிடத்துக்கும் நெடுந்தூரம் இருந்தாலும் சிறிது தூரம் இருந்தாலும், எப்படிப் போனால் நிச்சயமாக அவர்

அவர் இருக்கு மிடத்தை அடையலாம் என்று ஆவலுடன் விசாரித்துத் தெளிகிறான்.

எல்லாவற்றையும் தெரிந்துகொண்டாகி விட்டது. அடுத்தபடி மற்றொரு கேள்வி தோன்றுகிறது. "அவரைப் போய்ப் பார்க்கவேண்டுமானால் எங்கே எப்படிப் பார்க்கிறது?" என்பதே அக் கேள்வி. அதற்குத் துணையாக எழும் கேள்விகள் சிலவற்றை அவன் நண்பர்களிடம் கேட்கிறான். "காலையில் அவரைப் பார்ப்பதானால் எங்கே பார்க்கலாம்? அவர் என்ன செய்துகொண்டிருப்பார்? மத்தியான்ன வேளையிலே அவர் படுத்துக்கொண்டிருப் யாரா? அப்போது அவரைப் பார்க்க முடியுமா? மாலை நேரத் தில் அவர் உலாவப் போவாரா? அல்லது வீட்டிலே இருப்பாரா?'- இப்படிப் பல கேள்விகளைக்கேட்டு, எந்த எந்தச் சமயத்தில் எப்படி எப்படி இருப்பார் என்பதையும் அவன் தெரிந்துகொள்கிறான்.

பொருட் செல்வத்தை வழங்கும் வள்ளலைப் பற்றியே இத்தனை செய்திகளைத் தெரிந்துகொண்டு அவரை அணுக முற்படுகிறான் ஏழை என்றால்,எல்லாச் செல்வத்துக்கும் மேலான அருட் செல்வத்தை வழங்கும் பெருவள்ளலாகிய இறைவனைப்பற்றி எத்தனை விஷயங்களைத் தெரிந்து கொள்ளவேண்டும்!

முதலில் இறைவன் பெருஞ் செல்வன் என்பதை மனமாரத் தெரிந்துகொள்ளவேண்டும். நமக்கு உள்ள துன்பங்களை நீக்குவது அவனை அன்றிப் பிறர் யாராலும் இயலாது என்ற உண்மையையும் நன்றாகத் தெரிந்து கொள்ளவேண்டும். தன்னை அணுகினால் நம்முடைய துயரங்களையெல்லாம் போக்கி இன்பத்தைத் தரும் பெருங்கருணையாளன் இறைவன் என்ற நம்பிக்கையும் இருக்க வேண்டும்.

இத்தனையும் இருந்தால்தான் அவனைப் பற்றிய செய்திகளைத் தெரிந்துகொள்ளும் ஆவல் பிறக்கும்.

ரெயில் பிரயாணம் செய்கிறவர்கள் வண்டி செல்லும் நேரம், எந்த எந்த வழியாகப் போகிறது என்ற விவரங் களை விளக்கும் கால அட்டவணைப் புத்தகத்தை வாங்கி வைத்துக்கொள்கிறார்கள். தாம் போகும் ஊருக்கு எந்த வழியாகப் போகவேண்டும் என்றும், எந்த வண்டியில் போகவேண்டும் என்றும், எப்போது போகவேண்டும் என்றும் அந்த அட்டவணைப் புத்தகத்தைப் பார்த்துத் தெரிந்துகொள்கிறார்கள். பிரயாணம் செய்ய நினைக்காத ஒருவன் கையில் அந்த அட்டவணைப்புத்தகத்தைக் கொடுத் தால் அவன் அதை எதற்குப் பார்க்கிறான்? அப்படி அதை ஏதோ பொழுதுபோக்காகப் பிரித்துப் பார்த்தாலும் அவன் மனம் அதில் பதியாது.

இறைவனுடைய பெருமையையும் அவனை அடையும் முறைகளையும் பற்றிச் சொல்லுகின்ற நூல்கள் பல இருக்கின்றன.

வேதங்கள் முதலியவற்றில் வேறு பல செய்திகள் இருந்தாலும் அவையெல்லாம் முக்கியமானவை அல்ல. பெரிய மரம் பல கிளைகளும் இலைகளும் உடையதாகிப் பரந்திருந்தாலும் அதன் உச்சியிலே பழுத்திருக்கும் பழந்தான் நமக்கு வேண்டும். 'இவ்வளவு பெரிய மரத்திலே நிறைய இருப்பவை இலைகள்; அவற்றையே நாம் பறித்துக்கொள்ளவேண்டும்' என்று நினைப்பவர் அந்த மரத்தினால் ஆகும் சிறந்த பயனை அடைய முடியாது. ஆதலின், அடி பருத்துக் கிளைபரப்பித் தழை அடர்ந்து பரந்திருக்கும் அந்த மரத்தின் பயன் அத்தனையும் அதன் கனிகளால் அமைவது என்று தெரிந்துகொண்டவர்கள், கனிகள் வெளிப்படையாகக் கண்ணுக்குத் தெரியாமல் இருந்தாலும் அவற்றைத் தேடிக் கண்டுபிடித்துப் பறித்து உண்பார்கள். அந்த உண்மை தெரியாதவர்களும் பழத்தினிடம்

ஆசை இல்லாதவர்களும் நாளெல்லாம் மரத்தின் நிழலில் இருந்தாலும் அதன் கனியை நுகரமாட்டார்கள்.

ஆரணங்களும் பிற நூல்களும் இறைவனை உணர்த்த வந்த நூல்கள். அவற்றை ஓதுவதன் பயன் அவனை உணர் வதே.மற்றவையெல்லாம் அதற்குச் சார்பாக உள்ளனவே.

அவை இறைவனுடைய திருநாமங்களைச் சொல்கின்றன. பெயர்,நாமம், குறி என்பவை ஒரே பொருளை உடையவை. நூல்கள் இறைவனுடைய குறிகளைச் சொல்கின்றன; அடையாளத்தைச் சொல்கின்றன; அவன் எழுந் தருளியிருக்கும் இடமாகிய கோயில்களைச் சொல்கின்றன; அவனை அணுகுவதற்குரிய நெறிகளைச் சொல்கின்றன; அந்த மார்க்கங்களில் எல்லாம் அவன் எவ்வாறு நிற்கிறான் என்பதையும் அவை உணர்த்துகின்றன.

தன்னுடைய துன்பங்களைப் போக்கிக் கொள்ள வேண்டும் என்று ஏங்குபவன், இறைவனுடைய திருவடி களில் ஈடுபட்டு இன்புறவேண்டும் என்ற ஆவலுடையவன், அவனுடைய குறிகளும் அடையாளமும் கோயிலும் நெறி களும் நின்ற நேர்மையும் எத்தகையன என்று ஆர்வத்தோடு அறிய முற்படுவான். அத்தகைய ஏக்கமும் ஆவலும் இல்லாதவன் ஆயிரமுறை வேதத்தைப் புரட்டினாலும், ஆயிரக்கணக்கான நூல்களைப் படித்தாலும் அவன் மனத்தில் உண்மை புகாது. பிரயாணம் செய்ய வேண்டாதவன் ரெயில்வே கால அட்டவணையைப் பார்த் தும் மனம் பதியாததுபோல, இவனுக்கும் ஆயிரம் ஆரணம் ஓதினும் மனம் புகாது.

இறைவனுடைய அருளுக்காக ஏங்கி நிற்கும் உண்மை யன்பருக்கு ஒரு நூலின் ஒரு பாட்டே போதும், இறைவனது உண்மையைத் தெரிந்து கொள்ள, ஆனால், இறைவனுடைய குறிகளையும் அடையாளங்களையும் கோயிலையும் நெறிகளையும் அவன் நின்ற நேர்மையையும் தெரிந்து கொள்வதுதான் அவற்றைப் படிப்பதனால் உண்டாகும் பயன் என்பதை மறந்து நூல்களைப் படிப்பவர்களுக்கு, வெறும்

நூலறிவு கிடைக்கலாம்; அவர்களுக்கு உண்மை புலப்படாது. அவர்கள் ஆயிரக்கணக்கான நூல்களைப் படித்தாலும் ஒரு பயனும் இராது. அவர்கள் தலையெழுத்து அத்தகையது. அதற்கு என் செய்வது?

வேதம் படித்தவர்கள் பலரைத் திருநாவுக்கரசர் கண்டார்; ஆகமங்களில் பேரறிவு படைத்தவர்களையும் கண்டார்; சாத்திரங்களின் எல்லை கண்டவர்களையும் கண்டார்; பல பல நூல்களில் தேர்ச்சி பெற்ற புலவர்களையும் பார்த்தார். இறைவனுடைய பெருமையை உணர வழிகாட்டுவன அந்த நூல்கள் என்பதை அப்பெரியார் அறிவார். ஆனால் அந்த நூல்களைப் படித்தவர்களிற் சிலர் அந்த நூல்களிலுள்ள மற்றப் பகுதிகளை விரித்து விரித்துப் பேசினார்கள். இறைவனைப் பற்றிப் பேசவே இல்லை. அதுமாத்திரம் அன்று. இறைவனுக்குத் திருநாமங்களும் அடையாளங்களும் கோயில்களும் உண்டென்று வழிபடும் அன்பர்களைக் கண்டு எள்ளி நகைத்து, "வேதத்தில் இவைகள் எல்லாம் இல்லை" என்றுகூடச் சொன்னார்கள்.

அவர்களைக் கண்டு அப்பர் சுவாமிகளுக்கு இரக்கந் தான் உண்டாயிற்று. கனியிருக்கும் இடத்தை நாடி யறியாத சோம்பேறிகளுக்கு வெறும் இலைப் பரப்பே தோன்றுவதுபோல, அவர்களுக்கு உண்மை விளங்கவில்லை என்று கண்டார். இறைவனை அறியும் நல்லூழ், நல்ல எழுத்து, பொறி இவர்களுக்கு இல்லைபோலும்!" என்ற முடிவுக்கு வந்தார். பாடுகிறார்.

குறிக ளும்அடை யாளமும் கோயிலும்
நெறிக ளும் அவர் நின்றதோர் நேர்மையும்
அறிய ஆயிரம் ஆரணம் ஓதிலும்
பொறியி லீர்! மனம் என்கொல் புகாததே?

(எம்பெருமானுடைய திருநாமங்களையும், திருவுருவம் ஆடை யணிகள் படைகள் முதலிய அடையாளங்களையும், திருக்கோயில் களையும், அவரை அடையும் நெறிகளையும்,

அவர் அங்கங்கே எழுந்தருளியிருக்கும் நுட்பமான உண்மையையும் அறியும் பொருட்டு, ஆயிரம் வேதங்களை ஓதினாலும், அதற்கு ஏற்ற நல்லூழ் இல்லாதவர்களே! அந்த உண்மையைக் கண்டு பிடித்து அறியும் அளவுக்கு உங்கள் மனம் புகாதது என்ன வியப்பு?

குறிகள் - பெயர்கள். அடையாளம்-திருமேனி, மாலை, அணி முதலியவை. கோயில் என்றது இருப்பிடமாக உள்ள எல்லா வற்றையும். கட்டிய கோயில் மாத்திரம் அன்று; உள்ளம், வேதத்தின் முடி, இயற்கைச் சூழல்கள், கோயில்கள் எல்லா வற்றையுமே கோயில் என்பதனாற் குறிப்பித்தார். நின்றது ஓர் நேர்மை- எழுந்தருளி யிருக்கின்றதாகிய நுட்பம். நெறி என்பது சமயம். பலவகைச் சமயங்களிலும் பலவகை இடங்களிலும் இறைவன் எவ்வெவ்வாறு எழுந்தருளி யிருக்கிறான் என்பது நுட்பமான செய்தி. கடவுள் ஒருவரே ஆயினும் பல பெயர்களோடும் பல திருவுருவங்களோடும் பல இடங்களிலும் பல சமயத்திலும் நிற்பதை முரண்பாடாகக் கொள்ளாமல் சமரச அறிவோடு காண்பதற்கு நுட்பமான ஆராய்ச்சி வேண்டும். அது எல்லோருக்கும் விளங்குவது அன்று. ஆதலின் அதனை நேர்மை என்றார். நேர்தல்- நுணுகுதல் ; நேர்மை-நுட்பமாந்தன்மை.

ஆயிரம் ஆரணம் என்றார், வேதத்தைப் பல என்று சொல்லும் வழக்கு நோக்கி. "அநந்தாவை வேதா:" என்று சொல்வார்கள். சாகைகளாற் பலவாதலின் வேதங்கள் பல ஆயின. இங்கே ஆயிரம் என்றாலும் பல என்ற பொருளையே தந்தது. ஆரணம் என்றாலும் உபலட்சணத்தால் மற்ற நூல்களையும் கொள்ளவேண்டும்.

பொறி - தலை எழுத்து. மனம் புகாதது என்கொல் - அவற்றின் நுட்பத்தை அறியுமளவுக்கு மனம் ஆழ்ந்து செல்லாதது என்ன வியப்பு? மேலெழுந்தபடியே எழுத்தையும் சொல்லையும் நூலமைப் பையும் மற்றவற்றையும் ஆராயும் அறிவோடு நிற்கிறீர்களே யன்றி, இறைவனுடைய நுட்பமான தத்துவத்தைத் தெரிந்து கொள்ளும் வகையில் அவற்றினூடே

ஆழ்ந்து பதிந்து உணர்ச்சி பெற்றீர்களில்லையே என இரங்கினார்.)

குறியும் கோலமும் கடந்த இறைவன் தன் திருவருளால் குறியும் கோலமும் கோயிலும் கொள்கிறான். எல்லாம் கடந்த அவன் இவற்றோடு இசைந்து நிற்பதன் தத்துவம் நுட்ப மானது. வெறும் நூலறிவைக் கொண்டு இந்த நுட்பத்தை அறிய இயலாது. அவன் அருளிலே இடையீடில்லாத நாட்டத்துடன் ஆழ்ந்து நுழைபவர்களுக்கு இந்த உண்மை புலனாகும். குறிகளும் அடையாளமும் கோயில்களும் இருந்தும், அவற்றை அறிய ஆயிரம் ஆரணம் இருந்தும், அவற்றை ஓதியும் உண்மை புலப்படாததற்குக் காரணம் ஓதுவாருக்கு இறைவன் அருள் இன்மையே ஆகும். அவனுடைய அருட் கண்ணால் நோக்குவாருக்குத்தான் உண்மை புலப்படும். "அருட் கண்ணால் நோக்காதார் அல்லாதாரே" என்று அப்பரே சொல்வது போல, அந்தப் பார்வை இல்லாதார் நல்ல பொறியில்லாத அல்லாதார்.

"நூல்அறிவு பேசி நுழைவிலா தார்திரிக;
நீல மணிமிடற்றான் நீர்மையே-மேல்உவந்தது;
எக்கோலத் தெவ்வுருவாய் எத்தவங்கள் செய்வார்க்கும்
அக்கோலத் தவ்வுருவே ஆம்"

என்று காரைக்காலம்மையார் சொல்கிறார்.

"குறிகளும் அடையாளமும்" என வரும் இந்தத் திருப்பாட்டு ஐந்தாம் திருமுறையில் 90-ஆம் பதிகத்தில் உள்ள ஆறாம் பாட்டு.

ஈசன் எனும் கனி

உண்ணுவதற்கு இனிய பண்டங்கள் பலவற்றை நாம் அறிவோம். சர்க்கரைப் பண்டங்கள் விருந்திலே சிறப்பாக இருப்பதையும், அவற்றை மக்கள் விரும்பி உண்பதையும் பார்த்திருக்கிறோம். அவை பல பண்டங்களைக் கொண்டு முயற்சி செய்து பண்ணிய செயற்கைப் பொருள்கள். சர்க்கரை கூடச் செயற்கைப் பொருள்தான்.

ஆனால் இயற்கையிலே இனிமையான பொருளாக, மனிதன் உண்டு சுவை காணும் பொருளாக இருப்பது கனி. நன்றாகக் கனிந்த கனியின்பால் விருப்பம் இல்லாத வர்கள் யார்? "கனியே, கனி ரசமே" என்று அன்புடை யாரைப் பாராட்டும் வழக்கத்தை ஆராய்ந்தால், கனி மனிதனுடைய விருப்பத்துக்கும் மதிப்புக்கும் உரிய பொருள் என்பது நன்கு தெளிவாகும்.

பழுத்த பழமாகிய திருநாவுக்கரசர் ஒரு கனியைப் பற்றிச் சொல்கிறார். அதைக் கொஞ்சம் கேட்கலாம்.

திருநாவுக்கரசர்: மனிதர்களே! இங்கே வாருங்கள்.

மனிதர்கள் : எதற்குச் சுவாமி கூப்பிடுகிறீர்கள்?

திருநா : சும்மா உங்களை அழைப்பேனா? காரியம் இருந்துதான் அழைக்கிறேன். இங்கே வாருங்கள். ஒன்று சொல்கிறேன், கேளுங்கள்.

மனிதர்கள் : எங்கள் வேலையே எங்களுக்குப் பெரிதாக இருக்கும்போது நீங்கள் சொல்வதைக் கேட்டுச் செய்வதற்கு

எங்களுக்கு நேரம் ஏது? பொழுது விடிந்தால் இந்த. வயிற்றை நிரப்ப வழி தேடுவதே வேலையாக அலைகிறோம்.

ஒரு சாண் வயிற்றுக்கு உலகம் படும்பாடு நீங்கள் அறியா ததா? இந்த நெருக்கடியில் நீங்கள் சொல்வதைக் கேட்டால் எங்கள் வயிறு நிரம்புமா?

திருநா : உங்கள் இயல்பை அறிந்துகொண்டுதான் அழைக்கிறேன். வயிற்றுக்கு உண்ணுவதுதான் வாழ்க்கையில் உத்தியோகம் என்று இருக்கும் உங்களை எனக்கு நன்றாகத் தெரியும். வயிற்றுக்கு உண்ணுவதிலே கூட விலங்கினங்கள் உண்பதற்கும் மனிதன் உண்பதற்கும் வித்தியாசம் உண்டு என்பதும் நான் அறிவேன். விலங்குகள் பசிக்காக உண்ணுகின்றன. மனிதனோ பசிக்கும் உண்ணுகிறான்; ருசிக்கும் உண்ணுகிறான். பசியைத் தீர்க்க எந்த உணவானாலும் சரி என்று அவன் உண்ணுவதில்லை; ருசியாக இருக்குமா என்று ஆராய்ந்தே உண்ணுகிறான். மனிதனுடைய உணவிலே ருசி தலைமை பெறுகிறது. ருசியுள்ள உணவை நாடும் உங்களுக்கு ருசியான ஒரு பொருளைப் பற்றித்தான் சொல்லப்போகிறேன். இங்கே வாருங்கள்.

மனிதர்கள் : அப்படியா! இதை முன்பே சொன்னால் நீங்கள் எந்த மறுமொழி பேசாமல் வந்திருப்போமே. ருசியுள்ள பண்டத்தைப்பற்றிச் சொல்லப்போகிறீர்கள்?

திருநா : சொல்வது மாத்திரம் அல்ல; நான் அதை உங்களுக்குத் தரலாம் என்றும் நினைக்கிறேன்.

மனிதர்கள் : அது என்ன பண்டம்? சோறா, சிற்றுண்டியா, பட்சணமா?

திருநா : அவற்றைவிடச் சிறந்தது. இனிமையானது.

மனிதர்கள் : தேனா? சர்க்கரையா?

திருநா : இயற்கையாகவே இனிமையைப் பெற்றது.

மனிதர்கள் : கனியா?

திருநா : ஆம், கனிதான்; கனியைத் தந்தால் உங்களால் உண்ண முடியுமா?

மனிதர்கள் : அது என்ன அப்படிக் கேட்கிறீர்கள்? அழுத பிள்ளைக்கு வாழைப்பழம் என்று சொல்வார்கள். பழம் என்றால் அழுகிற குழந்தைகூட வாயைப் பிளக்கு, மானால் எங்கள் ஆவலைப்பற்றிச் சொல்லவும் வேண்டுமா?

திருநா : அப்படியானால், கனி தந்தால் அக்கனியை உண்ண வல்லீர் நீங்கள்.

மனிதர்கள் : ஆம்; அதில் யாதோர் ஐயமும் இல்லை. ஆனால் கனியென்றால் எல்லாம் கனியாகுமா? எட்டிக் கனியும் கனிதான். அதை உண்ண முடியுமா? நெருஞ்சி முள்ளைக் கூட வள்ளுவர் "நெருஞ்சிப் பழம்" என்று சொல்கிறார். அது தின்னும் பழமாகுமா? தின்னக்கூடிய நல்ல பழமாக இருந்தால் அதை உண்ணுவோம்.

திருநா : புனிதமான கனி அது ; நன்றாகக் கனிந்த கனி; நெகிழ்ச்சியுள்ள கனி.

மனிதர்கள் : அது எப்படி இருக்கும்? அதன் பேர் என்ன?

திருநா : அதற்குக் காம்பு உண்டு. அதன் அடியில் உள்ள அந்தக் காம்பு பளபளக்கும்; பொன்னாகவே தோற்றும்.

மனிதர்கள் : இது என்ன புதிய பழமாக இருக்கிறதே! பொற்காம்பு உள்ள பழமானால் அது உண்மையான கனி தானா? அல்லது அதுவும் பொற்கனியாக இருக்குமா?

திருநா : இல்லை, இல்லை; அது இனிக்கும்; மிக இனிக்கும்; சால இனிது.

மனிதர்கள் : அதன் பெயர் என்ன?

திருநா : *அதை ஈசன், ஈசன் என்று சொல்வார்கள். அது சால இனிது.*

மனிதர்கள் : அதை உண்டவர்கள் யாரையும் நாங்கள் பார்த்ததில்லையே. அவ்வளவு இனிதாக இருந்தால் ஊரெல்லாம் இருக்குமே!

திருநா : *அந்தப் பழம் எல்லாராலும் உண்ண முடியாதது; எல்லோருக்கும் கிடைப்பது அரிது.அதன் பெருமையைத் தெரிந்து அது கிடைக்காதா என்று ஏங்கிக் கிடப் பவர்களுக்கு அது கிடைக்கும்; அதை உண்டால் சால இனிக்கும்.*

மனிதர்கள் : தேன்கூடத்தான் சால இனிக்கிறது.

திருநா : *அப்படி அன்று. மற்றக் கனிகள் உடம்பில் மிக மெல்லிய உறுப்பாகிய நாவுக்கு இனிக்கும்; அதுவும் நுனி நாக்கில்தான் இனிக்கும். ஈசன் எனும் கனியோ நாவுக்கு இனிக்கும்; உடம்புக்கு இனிக்கும்; உயிருக்கே இனிக்கும்.*

மனிதர்கள் : அது கனிந்த பழந்தானா?

திருநா : *ஈசன் என்னும் கனியிலே கருணை யென்னும் சாறு பூரித்து நிற்கிறது. அதனால் அது நெகிழ்ச்சி பெற்றுக் கனிந்து நிற்கிறது, பார்க்க அழகாக இருக்கிறது. உண்ணச் சுவையாய் இருக்கிறது. புனிதமான கனியாதலால் உண்ட பிறகும் நல்ல பயனைத் தருவதாக இருக்கிறது. ஏசற்றவர்களுக்கு அழகாகவும் இனிதாகவும். புனிதமாகவும் இருக்கும் அந்தக் கனி உங்களுக்கு வேண்டுமா? நீங்கள் அது வேண்டுமென்று ஆசைப்பட்டு ஏங்கி நிற்பீர்களா? அந்தத் தகுதி உங்களுக்கு உண்டானால் நான் தருகிறேன்.*

"கடவுளாகிய கனியைத் தருகிறேன்; தந்தால் உண்பீர்களா?" என்று கேட்கிறார் அப்பர் சுவாமிகள். இறைவனை உணரமுடியாது என்று சொல்லுகிறவர்களே பலர். அவனை உணர்ந்து கொண்டேன் என்று சொல் பவரோ மிக மிகச் சிலர். ஆனால், நான் உணர்ந்து கொண்டது போல நீயும் உணரும்படி

செய்வேன் என்று சொல்லுகிறவர்கள் மிகவும் அரியர். சுவாமி விவேகானந்தர் தமக்கு எதிர்ப்பட்ட சந்நியாசிகளை யெல்லாம், "நீ கடவுளைக் கண்டாயா?" என்று கேட்டாராம். அந்தக் கேள்விக்கு நேர்மையான விடையை யாரும் கூறவில்லை. ராமகிருஷ்ண பரமஹம்சரிடம் அவர் போன போது அவரிடமும் அதே கேள்வியைக் கேட்டார். அதைச் செவியுற்ற அந்த மாஞானி புன்முறுவல் பூத்தார். மற்றவர்கள் சொல்லாத விடையை அவர் சொன்னார். "நான் கடவுளைக் கண்டேன்" என்று மாத்திரம் அவர் சொல்லவில்லை. அதற்கு மேலும் ஒரு படி போனார். "உனக்கும் காட்டுவேன்" என்றார். விவேகானந்தர் பிரமித்துப் போய் விட்டார். அவர் அடியே புகல் என்று அடைந்து ராமகிருஷ்ணர் கூறியது எவ்வளவு உண்மை என்பதை விவேகானந்தர் தம் அநுபவத்தினால் உணந்தார்.

அப்பர் சுவாமிகளும் அந்த நிலையிலிருந்து பேசுகிறார். "தேடிக் கண்டு கொண்டேன்" என்று சொன்ன அப் பெருமான் மனித குலத்தின்பால் உள்ள இரக்கத்தால், "உங்களுக்கும் தருகிறேன்" என்று சொல்கிறார். அப்படிச் சொல்லுவதற்குத் தைரியம் வேண்டும். உண்மை அநுபவம் வேண்டும். அப்பர் சுவாமிகள் அவற்றைப் படைத்தவர்.

மனிதர் காள் இங்கே வம், ஒன்று சொல்லுகேன்:
கனிதந் தால்கனி உண்ணவும் வல்லிரே?
புனிதன், பொற்கழல் ஈசன் எனும்கனி,
இனிது சாலவும் ஏசற்ற வர்கட்கே.

[மனிதர்களே! இங்கே வாருங்கள்; உங்களுக்கு ஒன்று சொல்கிறேன். பழம் கொடுத்தால் அந்தப் பழத்தை உண்ணவும் உங்களுக்குத் திறமை உண்டா? புனித முடையவன், பொன்னாலாகிய கழலை அணிந்த ஈசன் என்னும் கனி, அது கிடைக்குமா என்று ஏங்கி நிற்பவர்களுக்கு மிகவும் இனியது.

வம்- வாரும். சொல்லுகேன் - சொல்லுவேன். வல்லிரே- வல்லீர்களா. புனிதன் - தூயவன். ஏசற்றவர் - விருப்பமிகுதியால் ஏங்கி நிற்பவர்.]

கனிக்குக் காம்பு போல ஈசனுக்குக் கழல் இருக்கிறது. சாறு நிரம்பின கனி நிறமும் நெகிழ்ச்சியும் பெற்று நிற்பது போல இறைவன் கருணை நிரம்பிக் கோலமும் உயிர்களுக்கு அருளும் நிலையும் உடையவனாக விளங்குகிறான். அவனை உணர்ந்து நுகர்வது எல்லார்க்கும் எளிய செயல் அன்று ஆதலின் 'வல்லீரே' என்று கேட்டார்.

இது *91*-ஆம் பதிகத்தில் *7*-ஆம் பாட்டு.

உள்ளும் புறம்பும்

மனிதன் உடம்பிலே அழுக்கு ஏறினால் அதை அவனால் கூடப் பொறுக்க முடியாது; அப்படியானால் அருகில் இருக்கிறவர்களைப் பற்றிச் சொல்லவே வேண்டாம். இந்த உடம்பிலே எந்தப் பொருள் பட்டாலும் அழுக்கு ஏறிவிடுகிறது. சலவைத் தொழிலாளர்கள் யாவரும் மனித னுடைய அழுக்கை மறைக்கப் பாடுபடுகிறார்கள். தோட்டிக் குலத்தினரெல்லாம் அப்படியே வேறோர் அழுக்கை மறைக்கப் பாடுபடுகிறார்கள். இவர்களுக்கெல்லாம் தண்ணீர் உதவி செய்கிறது. எந்த மனிதனும் தன் அழுக்கைப் போக்கிக் கொள்ளத் தண்ணீரை காடுகிறான்.

"புறந்தூய்மை நீரான் அமையும்"

என்பது வள்ளுவர் வாக்கு.

தன் உடம்பைத் தானே அழுக்குப் போகத் தேய்த்துக் குளிப்பவனுக்கு உண்டாகும் இன்பம் தனி வகையானது. அந்தப் பழக்கம் உள்ளவனுக்குக் குளிக்காமல் உண்டால் ஏதோ அழுக்கான உணவை உண்பது போல ஓர் அருவருப்பு உண்டாகும். "கூழானாலும் குளித்துக்குடி; கந்தையானாலும் கசக்கிக் கட்டு" என்ற பழமொழி, நீரினால் உண்டாகும் தூய்மையை நினைந்து வந்ததுதான்.

பொதுவாக, நீர் மனிதனுடைய புற அழுக்கைப் போக்கினாலும் ஓடுகிற நீருக்கு அதிக ஆற்றலுண்டு. எத்தனை பேர் படிந்தாலும் ஆற்று நீர் அழுக்காவதில்லை. அதன் ஓட்டத்தில் ஒரு விதமான சக்தி இருக்கிறது. அது சிலவகை நோய்களைக் கூட நீக்கிவிடும்.

சில இடங்களில் உள்ள தீர்த்தங்களுக்கு மகிமை அதிகம். இந்தக் காலத்தில் தீர்த்தங்களைப் பாதுகாக்கும் வழக்கத்தை அவ்வளவாகக் கவனிப்பதில்லை. பழங் காலத்தில் மூர்த்தி தலம் தீர்த்தம் என்று மூன்றையும் ஒன்றாகச் சேர்த்துச் சொல்வார்கள். கோவில் குளம் என்பார்கள். கோவிலைப் பாதுகாப்பது போலக் குளங்களையும் பாதுகாத்தார்கள். சில சில இடங்களில் உள்ள மண்ணின் வாகினால் அங்குள்ள நீரில் ஆடுபவர்களிடமுள்ள சிலவகையான நோய்கள் தீரும்.

அது மாத்திரம் அல்ல; மனிதனுடைய வாழ்நாளில் அவன் செய்கிற காரியங்களும் நுகரும் அநுபவங்களும் இறைவனுடைய நினைவோடு அமைந்தால் அவனுக்கு அமைதி உண்டாகும். துன்பம் உண்டானால் அதனைப் பொறுக்கும் வன்மையும்,இன்பம் உண்டானால் செருக்கு அடையாமல் அடங்கி நிற்கும் பணிவும் ஏற்படும். அதனால் இந்த நாட்டில் எல்லாச் செயல்களிலும் இறைவனுடைய நினைப்புக்கு இடம் வைத்திருக்கிறார்கள்.

மனிதன் பசிக்கு உணவு உண்ணவேண்டும்; அதை இறைவனுக்கு நிவேதனம் செய்து பிரசாதமாக உண்ணும் படி வகுத்திருக்கிறார்கள், அவனுக்கு உறையுள் வேண்டும்; அதில் இறைவனைப் பூசிக்கும் இடம் ஒன்று வகுக்கும்படி சொல்லி யிருக்கிறார்கள். அவன் நீராடவேண்டும்; அதற்குரிய நீரைத் தீர்த்தமென்று சொன்னார்கள். இறைவனோடு தொடர்புடையனவாக்கியும், அவனைப் பூசித்த அன்பர் களுடைய தொடர்புடையனவாக்கியும் நீர் நிலைகளின் மதிப்பை ஓங்கச் செய்தனர். எப்போதும் ஓரிடத்தில் நீராடு வானை வேறு இடங்களில் உள்ள தீர்த்தங்களுக்குச் சென்று ஆடச் சொன்னார்கள். தலயாத்திரை, தீர்த்த யாத்திரை ஆகியவற்றால் மக்களுக்கு யாத்திரையால் அமையும் இன்பமும், பிற இடங்களில் உள்ள மக்களோடு உறவு கொள்ளும் நலமும், விரிந்த மனப்பான்மையும் உண்டாயின. இவ்வாறு யாத்திரை செய்பவனுக்கு உடம்பு தூயதாவதோடு, அவனுடைய மனமும் விரிவுற்றுத் தூய்மை அடையும் என்பதை அநுபவத்தால் உணர்ந்தார்கள்.

"மூர்த்திதலம் தீர்த்தம் முறையாய்த் தொடங்கினர்க்கு வார்த்தைசொலச் சற்குருவும் வாய்க்கும் பராபரமே"

என்பார் தாயுமானவர்.

தலங்களுக்குச் செல்வது, தீர்த்தங்களில் ஆடுவது, மூர்த்திகளைத் தரிசிப்பது ஆகிய காரியங்களில் நம்பிக்கையும் பக்தியும் இருந்தாலன்றி அவற்றால் பயன் உண்டாகாது, வெறும் நீர் புறத்தூய்மையை உண்டாக்கும். அதுவே தீர்த்தமானால் அகத்தூய்மையையும் உண்டாக்கும். வெறும் உணவு பசியைப் போக்குகிறது. இறைவனுடைய பிரசாதமாக இருந்தால் அவ்விறைவனுடைய நினைவும் சேர்கிறது. அதனால் உள்ளத்தில் அமைதி உண்டாகிறது. பிறர் தரும் உணவிலே பசி ஆறுகிறது என்பது உண்மை. ஆனால் தன் மனையாட்டி அளிக்கிற உணவினால் பசி ஆறுவது மட்டும் அன்று; அதற்கு மேலே மனத்துக்குள் ஒருவகை இன்பம் உண்டாகிறது. அதற்குக் காரணம் மனைவியினிடம் அவனுக்கு இருக்கும் காதல். அவ்வாறே இறைவனிடம் அன்புடையவர்களுக்கு அவனது தொடர்புடைய பொருள் களால் உண்டாகும் இன்பம் அதிகமாக இருக்கும்.

பல தீர்த்தங்களில் நீராடும்போது உடம்பின் அழுக்குப் போவதோடு உள்ளத்திலும் தண்மை புகவேண்டுமானால் அந்த உள்ளத்தே பக்தி இருக்கவேண்டும். அந்த அன்பு இல்லாதவன் வீட்டுக் கிணற்றில் குளித்தாலும் ஒன்று தான்; கங்கையில் ஆடினாலும் ஒன்றுதான். அவன் உள்ளத் துக்குள்ளே புகுவதற்கு ஒன்றும் இல்லை. அங்கே அன் பென்னும் வாயில் திறந்திருந்தால்தான் தீர்த்தங்களில் நீராடியதனால் உண்டாகும் தண்மை உள்ளத்துக்குள்ளே புகும்.

செம்பிலே நீர் எடுத்துக் குடிக்கிறோம். அதைச் சுத்தமாக வைத்திருந்தால்தான் நீரும் தூயதாக இருக்கும். வெளியிலே மாத்திரம் நன்றாகத் தேய்த்துக் கழுவிப் பளபளவென்று வைத்திருந்தால் பார்ப்பதற்கு அழகாக இருக்கும்;

அவ்வளவுதான். உள்ளேயும் நன்றாகத் துலக்கிச் சுத்தம் பண்ணினால்தான் அதில் நீர் மொண்டு சாப்பிடலாம்.

தீர்த்தத்தில் ஆடுகிறவன் புறத்தூய்மை பெறுகிறான். அவன் உள்ளம் அன்பென்னும் நீரில் ஆடினால்தான் உள்ளும் புறம்பும் தூயனவாகும். கோடி தீர்த்தங்களுக்குச் சென்று நன்றாக மூழ்கி ஆடினாலும் புறத் தூய்மையோடு நிற்கவேண்டியதுதான். அதற்கு அவ்வளவு தூரம் போக வேண்டிய அவசியமே இல்லை.

ஒருவன் ஒரு குடத்தில் தண்ணீர் நிரம்ப ஊற்றி மூடி வைத்து விடுகிறான், "இந்தத் தண்ணீரில் தூசி விழாது; மூடி வைத்திருக்கிறேன்" என்று நினைத்துக் கொண்டிருக்கிறான். ஆனால் அந்தக் குடம் ஓட்டையா அல்லவா என்று அவன் பார்க்கவில்லை. ஓட்டைக் குடந்தான் அது. சிறிது நேரத்தில் அதில் இருந்த தண்ணீர் ஒழுகிப்போய்விடுகிறது. அவன் தண்ணீர் விட்டதில் குறையில்லை; தூசி விழாமல் மூடியதிலும் குறையில்லை. ஆனால் நீர் குடத்துக்குள் தங்காதபடி அதில் ஓட்டை இருக்கிறது. அதனால் அது ஒழுகிவிடுகிறது.

"தண்ணீர் நிரப்பினேன்; மூடியும் வைத்தேன். ஆனால் தண்ணீர் எனக்குப் பயன்படவில்லை" என்று அவன் சொன்னால் அதில் வியப்பு ஒன்றும் இல்லையே!

மனம் பலவாறு திரிந்து, அரனுக்கு அன்பு அற்ற ஓட்டையாக இருந்தால், எத்தனை தீர்த்தத்தில் நீராடி னாலும் அதன் பயன் அவனிடம் தங்காது. மனத்தில் இறைவ னிடம் ஒன்றுபட்ட அன்பு நிறைந்திருந்தால் ஒரு தீர்த்தத்தில் ஆடினாலும் உடனே அகத்தில் அதன் தண்மை உறைக்கும்.

அப்பர் சுவாமிகள் இதைச் சொல்கிறார்.

கோடி தீர்த்தம் கலந்து குளித்து, அவை
ஆடி னாலும், அரனுக்கு அன்பு இல்லையேல்,

ஓடும் நீரினை ஓட்டைக் குடத்து அட்டி
மூடி வைத்திட்ட மூர்க்கனோடு ஒக்குமே.

[ஒருவன் கோடிக் கணக்கான தீர்த்தங்களுக்குச் சென்று பொருந்தி உடம்பெல்லாம் நனையக் குளித்து அமிழ்ந்து ஆடினாலும், அவன்மனத்தில் சிவபெருமானுக்கு அன்பு இல்லாவிட்டால், அவன் ஓடுகிற தண்ணீரை ஓட்டைக் குடத்தில் சேமித்து மூடி வைத்த பேதையை ஒப்பான்.

கலந்து என்றது அந்தத் தீர்த்தத்தில் இறங்குதலாகிய முதல் நிலையையும், குளித்து என்றது உடம்பு நனைய அமிழ்வதாகிய இரண்டாவது நிலையையும், ஆடி என்றது முழுகி ஆழ்ந்து நீராடும் மூன்றாவது நிலையையும் குறிப்பித்தன.

அட்டி - ஊற்றி. மூர்க்கன் - பேதை; பிடிவாதக்காரன். ஒக்கும் ஒப்பான். ஒருவன் என்ற எழுவாயை வருவித்துக் கொள்ள வேண்டும்.]

இது 99-ஆம் பதிகத்தில் உள்ள 9-ஆவது திருப்பாட்டு.

கூவல் ஆமையும் கடல் ஆமையும்

கடலுக்கு அருகே ஓர் இடத்தில் ஒரு கிணறு இருந்தது. அதில் நெடுங்காலமாக ஓர் ஆமை வாழ்ந்து வந்தது. அதற்கு அந்தக் கிணறுதான் பிரபஞ்சம். கிணற்றிலுள்ள மீன்கள், தவளைகள், நண்டுகள் இவைகளே உலகத்துப் பிராணிகள். எப்போதாவது யாராவது பையன் கல்லைக் கிணற்றிலே எறிந்தால் இடி விழுந்தது போல இருக்கும்.

கடலிலேயும் ஆமைகள் உண்டு அல்லவா? அவற்றில் ஓர் ஆமை மெல்லக் கரைக்கு வந்தது. தரையில் நடக்க வேண்டுமென்ற ஆசை உண்டாயிற்று. சிறிது நேரம் தரையிலே இருந்துவிட்டு மறுபடியும் கடலுக்குள்ளே போய்விடும். நாளாக ஆக அதற்குத் தரையிலே மெல்ல ஊர்ந்து போவதில் பயமே தோன்றவில்லை. முதலில் சிறிது தூரம் அது ஊர்ந்தது. கடலிலிருந்து மணலுக்கு வந்து மணலைத் தாண்டிக் கெட்டியான தரைக்குக்கூட வந்தது. வரவர அதற்குத் தரையில் நடமாடும் ஆசையும் தைரியமும் அதிகமாயின. மெல்ல மெல்லக் கடலை விட்டு அதிகத் தூரம் போய் மறுமடியும் திரும்பி வந்துவிடும்.

ஒரு நாள் இப்படியே தரையில் போய்க்கொண்டிருந்த போது ஒரு நாய் அதைக் கண்டுவிட்டது. அதன் பக்கம் வந்து மோந்து பார்த்தது. அதன் மோப்பத்தைச் சகிக்காமல் கடல் ஆமை தன் கழுத்தை உள்ளுக்குள்ளே இழுத்துக் கொண்டது.

அப்போதுதான் அதற்கு அச்சம் முதல் முதலாகத் தோன்றியது. மறுபடியும் கடலுக்குப் போனால் போதும் என்ற எண்ணம உண்டாயிற்று. ஆனால் நாயினிடமிருந்து தப்பியல்லவா கடலுக்குப் போக வேண்டும்? நெடுநேரம் தலையை

வெளியில் நீட்டாமல் கிடந்தது. பிறகு மெதுவாகத் தலையை நீட்டியது. நல்ல வேளை. நாய் போய்விட்டது. அவசர அவசரமாக அது கடலை நோக்கிப் புறப்பட்டது. என்னதான் அவசரமாக வந்தாலும் ஆமை வேகம் ஆமை வேகந்தானே? அதற்குத் திகில் அடித்துக் கொண்டது. அந்த அச்சத்தால் வழி தவறிவிட்டது.

திக்குத் திசை தெரியாமல் வந்து கொண்டிருந்தபோது மற்றொரு நாய் அதைப் பிடிக்க வந்தது. அப்போது கடல் ஆமை முன்னே சொன்ன கிணற்றுக்கு அருகில் வந்திருந் தது. நாய்க்குத் தப்ப வேண்டும் என்று அது மெல்லக் கிணற்றுக்குள் இறங்கியது. கீழே ஏதோ தண்ணீர் மாதிரி தோன்றவே ஆமை தலை தப்பியது தம்பிரான் புண்ணிய மென்று கீழே இறங்கித் தண்ணீரில் அமிழ்ந்துவிட்டது.

கடல் நீர் மாதிரி அது இல்லாவிட்டாலும் தனக்கு இடையூறு ஒன்றும் நேராத இடம் என்று தெரிந்து தண்ணீர்க்குள் அமிழ்ந்தது. அங்கே வாழ்ந்திருந்த ஆமையை அது பார்த்தது.

கிணற்றில் வாழ்ந்த ஆமைக்குக் கடலாமையைப் பார்த்தபோது மிகவும் வியப்பு உண்டாயிற்று. கடலாமை பெரிதாக இருந்தது. அந்த மாதிரி ஒன்றை இதுவரையில் கிணற்றிலே பார்த்ததே இல்லை. அதை உற்று உற்றுப் பார்த்தது. மெல்ல அதை அணுகி, "நீ எங்கிருந்து வருகிறாய்?' என்று கேட்டது. தன் இனம் ஒன்று அங்கே இருப்பது கண்டு ஆறுதல் பெற்ற கடலாமை, "நான் கடலிலிருந்து வருகிறேன்'' என்று கூறியது.

"கடலா! அப்படியென்றால் ?" கிணற்றுக் கூர்மம் கேட்டது. அதற்குத்தான் கிணற்றைத் தவிர வேறு ஒன்றும் தெரியாதே!

"அதுவும் நிறைய நீர் உள்ள இடம்" என்றது புதிய ஆமை.

"அப்படியா? அந்தக் கடல் இந்தக் கிணறு மாதிரி இருக்குமா? இதைப் பார்த்தாயா? எவ்வளவு பெரிதாக இருக்கிறது? இதன்

ஆழத்தை நீ பார்த்தால் தெரியும். உங்கள் கடல் இவ்வளவு ஆழமாக இருக்குமோ?" என்று கேட்டது.

இந்த இரண்டு ஆமைகளும் பேசிக்கொண்டிருந்ததை ஒரு தவளை கேட்டுக்கொண்டிருந்தது. "நானும் எவ்வளவோ இடங்களைப் பார்த்திருக்கிறேன். இத்தனை ஆழம் எங்கும் இருந்ததில்லை" என்று அந்தக் கிணற்றுத் தவளை முந்திரிக் கொட்டை போலத் தன் கருத்தை வெளிப்படுத்தியது.

கடலாமை சற்றே திரும்பி அந்தச் சின்னப் பிராணியை அலட்சியமாகப் பார்த்தது. கிணற்று வாசிகளுக்குக் கடல் என்றால் இன்னது என்று தெரியாது என்பது கட லாமைக்கு வெட்ட வெளிச்சமாகிவிட்டது.

"கடல் எவ்வளவோ பெரியது. அதற்கு ஒரு பக்கந் தான் கரை. அதன் ஆழத்தை அளவிடவே முடியாது" என்று புதிய ஆமை கடலின் பெருமையைச் சொல்லியது. கிணற்று ஆமை அதன் வார்த்தைகளை நம்பவில்லை. "அது எப்படி இருக்க முடியும்? கரை இல்லாமல் தண்ணீர் நிற்குமா? ஆழம் தெரியாதபடி ஒரு கிணறு இருக்குமா?" என்று பரிகாசத் தொனியோடு கேட்டது. அதற்குக் கடலும் ஒரு கிணறுதான்!

"கடலைப்பற்றி உங்களுக்குச் சொன்னாலும் விளங்காது. கிணற்றுக்கும் அதற்கும் நெடுந்தூரம்" என்று கடலாமை கூறக் கூற அந்தப் பழங் கூர்மம் நம்பவே இல்லை. பொய்; முழுப் பொய்; அப்படியும் ஒன்று இருக்குமா?" என்றே சொல்லிக்கொண்டிருந்தது.

சிவபெருமானுடைய கருணையையும் பராக்கிரமத்தையும் கேட்டறிந்தார் ஒரு பக்தர். அவருடைய உள்ளம் பக்தி மயமாயிற்று. பல தலங்களுக்குச் சென்றார். தேவர் களுக்கெல்லாம் தேவனாகிய மகாதேவனுடைய திருவுரு வத்தைத் தரிசித்தார். மங்கலத் திருவுருவனாகிய சிவபெரு மான் புகழைப் பாடினார். மனத்தை அடக்கி அவனைத் தியா னித்தார். வரவர, அவர் உள்ளத்தை அதுவரையில் அலைத்த தீய குணங்கள் மங்கின. ஐம்பொறிகள் தம்முடைய ஆற்றலை

இழந்தன. உள்ளமென்னும் திருக்கோயிலிலே ஞானமென்னும் விளக்கையேற்றி இறைவனை எழுந்தருளச் செய்து அன்பென்னும் நீரால் ஆட்டினார்.

இப்போது அவர் இறைவன் திருவருளைப் பெற்று விட்டார். அவனுடைய பெருங்கருணையைக் கண்டு கொண்டார். தம்முடைய சிறுமையைப் பாராமல் ஆண்டு கொண்ட அவனது அருமைப்பாட்டை உணர்ந்து உணர்ந்து வியந்தார். அப்பெருமான் தன்னை நினையாத மக்களுக்கும் வேண்டியவற்றை வழங்கிப் பாதுகாக்கும் பெருந்தன்மையை எண்ணி எண்ணிப் பூரித்தார்.

முன்பெல்லாம் அவரிடம் இருந்த படபடப்பு இப் போது சிறிதும் இல்லை. அவர் புது மனிதராக மாறி விட்டார்.

பொருள் ஈட்டுவதுதான் மனித வாழ்க்கையின் பயன் என்றும், எந்த வகையிலாவது பொருளைச் சேமிப்பதே காலத்தைக் கழிக்கும் வகை என்றும் எண்ணி வாழும் ஒருவர் இந்தப் பக்தரைக் கண்டார்.

"இப்போதெல்லாம் ஏதோ ஒரு மாதிரி இருக்கிறீர்களே! உங்கள் முகத்தில் புது மலர்ச்சி இருக்கிறதே! ஏதாவது புதையல் உங்களுக்குக் கிடைத்ததா?" என்று கேட்டார்.

பக்தர் என்ன விடை கூறுவார்? "ஆம். புதையல்தான் கிடைத்தது" என்றார்.

பணத்தாசை பிடித்தவருக்கு வியப்பாக இருந்தது. "அப்படியா? பொருளாகக் கிடைத்ததா? பொன்னாகக் கிடைத்ததா? எவ்வளவு கிடைத்தது?" என்று படபடப்பாகக் கேட்டார்.

“பொருள் தான் கிடைத்தது” என்று பக்தர் கூறினார். பணப்பித்தர், பாத்திரமோ பண்டமோ கிடைத்திருக்கிறது என்று நினைத்துக்கொண்டார்.

"என்ன பொருள்?” என்று கேட்டார்.

"பரம்பொருள்?" என்றார் பக்தர்.

"என்ன?" என்று மறுபடியும் கேட்டார். பணப்பித்தர்.

"சிவபரம்பொருள்" என்று விளக்கமாகக் கூறினார் பக்தர்.

"அப்படியும் ஒரு பொருள் உண்டா, என்ன ?"

"ஆம்; உண்டு. உங்களுக்குத் தெரியாமலே உங்களுக்கு அது பயன் தருகிறது."

"எப்படி?"

"சிவபரம் பொருள் தன்னுடைய பெருந்தன்மையால் தன்னை நினைக்காதவர்களையும் காப்பாற்றுகிறது. உடம்பு முதலியவற்றை வழங்குகிறது" என்றார் அன்பர்.

"நீங்கள் யாரோ ஒரு மனிதரைப் பற்றிச் சொல்கிறீர்கள் போல் இருக்கிறதே !"

"மனிதர் அல்ல; மனிதர்களை யெல்லாம் காப்பாற்றி யருளும் பெருமான்."

"அப்படியானால் தேவனோ?"

"தேவர்களுக் கெல்லாம் பெரிய தேவன்; தேவதேவன்; மகா தேவன்."

"அவனால் நமக்கு என்ன பயன் ? நம்முடைய கைகால்கள் பலமாக இருந்தால் நாம் உழைத்துச் சம்பாதிக்கிறோம்."

"அந்தக் கைகால்களை நமக்குக் கொடுத்தவனே அவன் தான். அதை மறந்து விட்டால், 'இவன் நம்மை நினைக்கவில்லை; இவனிடமிருந்து கைகால்களை வாங்கிக் கொள்ளலாம். பயன் படாமல் செய்துவிடலாம்' என்று அவன் நினைப்பதில்லை. தன் பெருந்தன்மையால் நாம் செய்யும் குற்றங்களை அவன் பொருட்படுத்துவதில்லை."

பணப் பித்தருக்குப் பக்தர் கூறுவது ஒன்றும் விளங்கவில்லை. அதற்கு ஏற்ற புண்ணியம் அவருக்கு இல்லை. "அந்தத் தேவன் எல்லோரையும் விடப் பெரியவனோ?"

"ஆம்; அளந்தறிய வொண்ணாத பெருமான்."

"அவனை நான் பார்க்க முடியுமா?"

பக்தர் சிறிதும் தடையின்றி விடை சொன்னார்; "பார்க்கிற முறையிலே பார்த்தால் நிச்சயமாகப் பார்க்கலாம்."

"அது என்ன முறை?"

"அவனிடம் ஆராத அன்பு கொண்டு வழிபட்டால் பார்க்கலாம்" என்று பக்தர் சொன்னார். அன்பு நெறியை யும், சிவபெருமானுடைய பெருமையையும் விளக்கினார்.

பணப் பித்தரின் பாவம் அவர் அறிவைத் திரை போட்டு மறைத்தது.

"இதெல்லாம் சுத்தப் பொய். அப்படி ஒருவனைப் பார்க்கவே முடியாது" என்று அழுத்தந் திருத்தமாக முடிவு கட்டினார் பணப் பேய்க்குப் பக்தர்.

சிவபெருமானுடைய அன்பர் மேலே அவரிடம் பேச வில்லை. கல்லால் ஆன பசுவினிடம் பால் கறக்க முடியுமா? கிணற்று ஆமைக்குக் கடலின் பெருமையை உணர்த்த முடியுமா ? "ஐயோ பாவம் ! இவர் செய்த தீவினை இவர் அறிவுக்குச் சிவபிரானுடைய பெருந்தன்மை புலப்பட வொட்டாமல் மறைக்கிறது!" என்று இரங்கினார்.

இந்த இரண்டு நிகழ்ச்சிகளையும் நினைப்பூட்டுகிறது, பின் வரும் திருப்பாட்டு.

கூவல் ஆமை குரைகடல் ஆமையைக்
கூவலோடு ஒக்கு மோகடல் என்றல்போல்

பாவ காரிகள் பார்ப்பரிது என்பரால்
தேவ தேவன் சிவன்பெருந் தன்மையே.

[கிணற்றிலுள்ள ஆமை ஒலிக்கின்ற கடலில் உள்ள ஆமையை, "கிணற்றோடு ஒக்குமோ கடல்?" என்று அதன் பெருமையை அறியாமற் கேட்பது போல, பாவம் செய்தவர்கள், தேவ தேவனாகிய சிவனுடைய பெரிய அருட் குணத்தை நேரே காண அரியது என்று சொல்வார்கள்.

கூவல் - கிணறு. குரை - ஒலிக்கின்ற. பாவகாரிகள் பாவத்தைச் செய்பவர்கள். பார்ப்பு அரிது - பார்த்தல் அரிது; என்றது பொய்யென்ற நினைவுடன் கூறியது. பெருந்தன்மை - குற்றத்தை மறந்து உதவும் சால்பு; பெரிய குணங்கள் என்பதும் ஆம்.

தனக்குத் தெரியாத ஒன்றை இல்லை என்று சொல்லும் இயல்பு ஆமைக்கும், பாவகாரிகளுக்கும் பொது.]

இது ஐந்தாந் திருமுறையின் நூறாவது பதிகமாகிய ஆதிபுராணத் திருக்குறுந் தொகையில் உள்ள ஐந்தாம் பாட்டு.

முற்றும்.

★ ★ ★

Printed at Repro India Ltd.